D0571503

From Toronto Public Library

WITHDRAWN
From Toronto Public Library

DUJA VIYAH

(Novel)

ਦੂਜਾ ਵਿਆਹ

(ਨਾਵਲ)

by

Sharat Chander Chattopadhyay

ਮੋਟੇ ਅੱਖਰਾਂ ਵਿਚ ਇਹ ਪੁਸਤਕ ਉਹਨਾਂ ਪਾਠਕਾਂ ਲਈ ਛਾਪੀ ਗਈ ਹੈ ਜਿਹਨਾਂ ਨੂੰ ਕਮਜ਼ੋਰ ਨਜ਼ਰ ਕਾਰਣ ਛੋਟੇ ਅੱਖਰਾਂ ਦੀਆਂ ਪੁਸਤਕਾਂ ਪੜ੍ਹਨ ਵਿਚ ਮੁਸ਼ਕਲ ਹੁੰਦੀ ਹੈ।

LIST OF LARGE PRINT BOOKS

URDU
HUM WAHSHI HAIN (Novel) Krishan Chander
PAKISTAN SE DAYARE HARAM TAK (Travelogue) Nasim Hijazi
GARAM COAT (Stories) Rajinder singh Bedi
HATIM TAI (Classic Stories) Ed: Syed Haider Baksh Haidari
GHAZABNAK MEHBUBA (Stories) Mualana Abul-Kalam Azad
SAMAR (Novel) A.R. Khatun
TALKHIAN (poetry) Sahir Ludhianvi
HAVAS (Novel) Aziz Ahmad
HIMAQATEN (Humour) Shafiqul Rehman
LONDON KI EK RAT (Novel) Sajjad Zaheer
GUNAH KE PHOOL (Novel) Gulshan Nanda
CHOR (stories) Saadat Hasan Manto
GIRGAT (Humour) Shaukat Thanvi
NEKI KAR THANE JA (Humour) Ibrahim Jalis
EK CHADAR MAILI SI (Novel) Rajinder Singh Bedi
ZINDAGI KE MOR PAR (Stories) Krishan Chander

HINDI
SAGAR AUR SIPIAN (Novel) Amrita Pritam
DAMINI (Novel) Rabinder Nath Tagore
DO SAU KI BIWI (Novel) Chatursen Shastri
CHOR KO MOR (Stories) Dayanand Varma
ANAND MATH (Novel) Bankim Chatterijee
ANDHER MEIN (Two long stories) Himanshu Joshi
CHANDANI (Novel) Rajvansh
KALI SHALWAR (Stories) Saadat Hasan Manto
QISSA TOTA MAINA (Stories about men-women) Rangi Lal
DEVDAS (Novel) Sharat Chander Chattopadhyay
GEETANJALI (Poems) Ravindra Nath Tagore
BHAGAT MAL (Stories about Hindu Saints)
SHRIMAD BHAGAVAT GITA: Modern commentary (Dayanand Varma)
SHATRANJ KE KHILARI (Stories) Munshi Premchand

PUNJABI
QISSA TOTA MAINA (Classical Stories) Rangi Lal
PANJ PARMESHWAR (Stories) Munshi Premchand
DUJA VIYAH (Novel) Sharat Chander Chattopadhyay
PATHAR DE KHAMB (Novel) Nanak Singh
BHABHI (Short Stories) Nanak Singh
DAS PAT-SHAHIAN (Sikh Riligious Stories)
INTEZAR (Stories) Kusum Ansal
DAMINI (Novel) Rabinder Nath Tagore
BEGAMAN DE HANJU (Storiesl) Khwaja Hasan Nizami
TALAQ (Stories) Saadat Hasan Manto
ISHQ DI ZAAT (Novel) Bhag Singh
URDU KAHANIAN (Collection of stories famous Urdu writers)
PATHAR BOLDE NE (Novel) Gurcharan Signh Bhatia
POH DI RAAT (Stories) Munshi Premchand
HASSO TEHASSAO (Jokes) Jasbir Kaur
DEVDAS (Novel) Sharat Chander Chattopadhyay
DHIDH DI ANDAR (Novel) Ram Sarup Ankhi
PURATAN JANAM SAKHI (Riligious) Ed: Sant Singh
NAIN DEEP (Novel) Gurcharan Kaur
DAKU (Novel) by Amrita Pritam
VISHWAS GHAT (Novel) Nanak Singh
TASH DI ADAT (Stories) Nanak Singh
CHONVIN KAHANIAN (Stories) Munshi Premchand
TOBA TEK SINGH (Stories) Manto, Saadat Hasan

GUJARATI
INDIRA (Novel) Bankim Chander Chatterjee
GUPT-DHAN (Stories) famous writers
SHIV MAHA PURAN (Religion)
KASOTI (Humour) Hari Prasad Vy'as
VIKRAM ANE AAPRO (Stories) Jhaver Chand Meghani

LARGE PRINT
PANJABI

ਦੂਜਾ ਵਿਆਹ

(ਨਾਵਲ)

ਸ਼ਰਤ ਚੰਦਰ ਚਟੋਪਾਧਿਆਇ

DUJA VIYAH

(Novel)

by: Sharat Chander Chattopadhyay

LARGE PRINT
PANJABI

Chattopadhyay, Sharat Chander
DUJA VIYAH
(Novel)
London : 2010

ISBN: 978 81 7650 464 5

Published by:
Star Publications Pvt. Ltd.
New Delhi- 110 002

for:
INDIAN BOOK SHELF
55, Warren Street,
LONDON W1T 5NW (U.K.)
(E-mail : starbooksuk@aol.com

Edition : 2010

Price : £ 15.95

_____

Printed at : Star Print-O- Bind New Delhi-110 020

ਪੁਸਤਕ ਬਾਰੇ

ਭਾਰਤੀ ਨਾਰੀ ਨੂੰ ਸਮੁੱਚੇ ਰੂਪ ਵਿੱਚ ਉਜਾਗਰ ਕਰਨ ਵਾਲੇ ਸ਼ਰਤ ਚੰਦਰ ਚਟੋਪਾਧਿਆਇ ਸਨ। ਇਹ ਵਿਸ਼ੇਸ਼ਤਾ ਉਨ੍ਹਾਂ ਨੂੰ ਦੇਸ ਦੇ ਬਾਕੀ ਸਾਹਿਤਕਾਰਾਂ ਤੋਂ ਵੱਖ ਕਰਦੀ ਹੈ। ਬਚਪਨ ਵਿਚ ਸਹਾਰੀਆਂ ਮੁਸੀਬਤਾਂ, ਕੌੜੇ ਸੱਚ ਨੂੰ ਇਸ ਅਮਰ ਸਾਹਿਤਕਾਰ ਨੇ ਸਹਿਜ ਰੂਪ ਵਿਚ ਆਪਣੇ ਸ਼ਬਦਾਂ ਅੰਦਰ ਬੰਨਿਆ ਹੈ। ਸਮਾਜਕ, ਆਰਥਕ ਅਤੇ ਰਾਜਨੀਤਕ ਸਮੱਸਿਆਵਾਂ ਦਾ ਤਾਣਾ-ਬਾਣਾ ਬੁਣਦੇ ਸਮੇਂ ਇਹਨਾਂ ਦੇ ਨਾਵਲਾਂ ਦਾ ਕੋਈ ਵੀ ਪਾਤਰ ਛਿਪਿਆ ਨਹੀਂ ਰਹਿੰਦਾ।

–ਪ੍ਰਕਾਸ਼ਕ

1

ਇਸ ਕਹਾਣੀ ਦੇ ਨਾਇਕ ਸ਼੍ਰੀ ਸ਼ੈਲੇਸ਼ਵਰ ਘੋਸ਼ਾਲ ਪਤਨੀ ਦੀ ਮੌਤ ਤੋਂ ਉਪਰੰਤ ਦੁਬਾਰਾ ਵਿਆਹ ਦੀ ਗੱਲ ਨੂੰ ਜੇਕਰ ਮਿੱਤਰਾਂ ਦੇ ਵਿਚਕਾਰ ਕਰਦੇ ਸ਼ਰਮਾਉਣ ਤਾਂ ਇਸ ਛੋਟੀ-ਜਿਹੀ ਕਹਾਣੀ ਦਾ ਰੂਪ ਅਤੇ ਰੰਗ ਬਦਲ ਕੇ ਕੀ ਹੁੰਦਾ, ਇਹ ਅੰਦਾਜ਼ਾ ਲਾ ਸਕਣਾ ਵੀ ਔਖਾ ਹੈ। ਇਸ ਲਈ ਭੂਮਿਕਾ ਵਿੱਚ ਇਹ ਜਾਣਕਾਰੀ ਦੇਣਾ ਜ਼ਰੂਰੀ ਹੈ।

ਕਲਕੱਤੇ ਦੇ ਮੰਨੇ—ਪ੍ਰਮੰਨੇ ਕਾਲਜ ਦੇ ਦਰਸ਼ਨ ਦੇ ਅਧਿਆਪਕ ਹਨ ਸ਼ੈਲੇਸ਼ਵਰ-ਉਹਨਾਂ ਕੋਲ ਵਿਲਾਇਤੀ ਡਿਗਰੀ ਹੈ। ਤਨਖਾਹ ਅੱਠ ਸੌ ਰੁਪਏ ਮਹੀਨੇ ਹੈ। ਉਮਰ ਬੱਤੀ ਸਾਲ। ਕਰੀਬ ਪੰਜ ਮਹੀਨੇ ਪਹਿਲਾਂ ਨੌਂ ਸਾਲ ਦੇ ਇੱਕ ਪੁੱਤਰ ਨੂੰ ਛੱਡ ਕੇ ਉਹਨਾਂ ਦੀ ਪਤਨੀ ਇਸ ਦੁਨੀਆਂ ਤੋਂ ਚਲੀ ਗਈ। ਦਾਦੇ-ਪਰਦਾਦੇ ਦੇ ਸਮੇਂ ਤੋਂ ਕਲਕੱਤੇ ਦੇ ਪਟਲਡਾਂਗਾ ਵਿੱਚ ਰਹਿ ਰਹੇ ਹਨ। ਘਰ ਵਿੱਚ ਉਸ ਪੁੱਤਰ ਤੋਂ ਇਲਾਵਾ ਨੌਕਰ, ਬਾਵਰਚੀ, ਚੌਕੀਦਾਰ, ਕੋਚਮੈਨ ਆਦਿ ਸੱਤ-ਅੱਠ ਨੌਕਰ ਹਨ। ਉਹਨਾਂ ਦਾ ਪਰਿਵਾਰ ਇਹਨਾਂ ਨੌਕਰਾਂ ਦਾ ਹੀ ਹੈ।

ਪਹਿਲਾਂ ਤਾਂ ਵਿਆਹ ਕਰਨ ਦੀ ਇੱਛਾ ਹੀ ਨਹੀਂ ਸੀ। ਇਹ ਸੁਭਾਵਕ ਵੀ ਹੈ। ਜੇਕਰ ਹੁਣ

ਇੱਛਾ ਹੋ ਗਈ ਹੈ। ਇਹ ਵੀ ਕੋਈ ਨਵੀਂ ਗੱਲ ਨਹੀਂ ਹੈ। ਇਨੀਂ ਦਿਨੀਂ ਵਿੱਚ ਪਤਾ ਲੱਗਿਆ ਕਿ ਭਵਾਨੀਪੁਰ ਦੇ ਭੂਪੇਨ ਬਨਰਜੀ ਦੀ ਵਿਚਕਾਰਲੀ ਕੁੜੀ ਨੇ ਮੈਟ੍ਰਿਕ ਪਾਸ ਕੀਤੀ ਹੈ ਅਤੇ ਉਹ ਵੇਖਣ ਵਿੱਚ ਵੀ ਸੋਹਣੀ ਹੈ। ਇਸ ਤਰ੍ਹਾਂ ਦੀ ਹੈਰਾਨੀ ਦਾ ਵੀ ਕੋਈ ਵਿਸ਼ੇਸ਼ ਮਹੱਤਵ ਨਹੀਂ ਹੈ, ਫਿਰ ਵੀ ਉਸ ਸ਼ਾਮ ਨੂੰ ਸ਼ੈਲਸ਼ੇਵਰ ਦੀ ਚਾਹ ਦੀ ਬੈਠਕ ਵਿੱਚ ਇਹੀ ਗੱਲ ਚੱਲ ਪਈ। ਉਹਨਾਂ ਦੇ ਮਿੱਤਰਾਂ ਵਿੱਚ ਇਕ ਘੱਟ ਤਨਖ਼ਾਹ ਦੇ ਸਕੂਲ ਮਾਸਟਰ ਸੀ, ਜਿਹੜੇ ਉਹਨਾਂ ਦੇ ਨੇੜਲੇ ਮਿੱਤਰ ਨਹੀਂ ਸਨ। ਪਰ ਚਾਹ ਪੀਣ ਦੀ ਪਿਆਸ ਉਸ ਮਾਸਟਰ ਵਿੱਚ ਕਿਸੇ ਜ਼ਿਆਦਾ ਤਨਖ਼ਾਹ ਲੈਣ ਵਾਲੇ ਪ੍ਰੋਫੈਸਰ ਨਾਲੋਂ ਘੱਟ ਨਹੀਂ ਸੀ। ਲਾਪਰਵਾਹ ਕਿਸਮ ਦੇ ਹੋਣ ਕਾਰਣ ਸਾਰੇ ਪ੍ਰੋਫੈਸਰ ਉਹਨਾਂ ਨੂੰ 'ਬਹਾਦਰ' ਕਹਿੰਦੇ ਸਨ। ਉਹ ਸੋਚ ਕੇ ਨਹੀਂ ਬੋਲਦਾ ਸੀ ਅਤੇ ਭਾਰ ਵੀ ਨਹੀਂ ਲੈਂਦਾ ਸੀ। ਬਹਾਦਰ ਨੂੰ ਆਪ ਤਾਂ ਅੰਗ੍ਰੇਜ਼ੀ ਆਉਂਦੀ ਨਹੀਂ ਸੀ ਅਤੇ ਕੋਈ ਕੁੜੀ ਪ੍ਰੀਖਿਆ ਵਿੱਚ ਪਾਸ ਹੋ ਜਾਂਦੀ ਹੈ, ਸੁਣਕੇ ਉਹਨਾਂ ਦੇ ਪੂਰੇ ਸਰੀਰ ਵਿੱਚ ਅੱਗ ਲੱਗ ਜਾਂਦੀ। ਭੂਪੇਨ ਬਾਬੂ ਦੀ ਕੁੜੀ ਦਾ ਪ੍ਰਸੰਗ ਆਉਂਦੇ ਹੀ ਉਹ ਅਚਾਨਕ ਬੋਲਿਆ, "ਇਕ ਪਤਨੀ ਨੂੰ ਭਜਾ ਦਿੱਤਾ, ਇਕ ਨੂੰ ਖਾ ਲਿਆ, ਫੇਰ ਦੁਬਾਰਾ ਵਿਆਹ। ਘਰ ਵਸਾਉਣਾ

ਹੀ ਹੈ ਤਾਂ ਉਮੇਸ਼ ਭੱਟਾਚਾਰੀਆ ਦੀ ਬੇਟੀ ਵਿੱਚ ਕੀ ਖ਼ਰਾਬੀ ਹੈ ? ਘਰ ਹੀ ਵਸਾਉਣਾ ਹੈ ਤਾਂ ਉਸਦੇ ਨਾਲ ਵਸਾਓ।"

ਹੋਰ ਮਿੱਤਰ ਵੀ ਉਥੇ ਸਨ, ਉਹ ਕੁੱਝ ਨਹੀਂ ਜਾਣਦੇ ਸਨ, ਉਹ ਸਾਰੇ ਤ੍ਰਭਕ ਪਏ। ਬਹਾਦਰ ਬੋਲਿਆ, "ਉਸ ਵਿਚਾਰੀ ਵੱਲ ਤਾਂ ਰੱਬ ਨੇ ਵੇਖਿਆ ਹੈ ਕਿ ਉਸ ਨੂੰ ਹੀ ਘਰ ਲੈ ਆਓ-ਹੋਰ ਇਕ ਵਿਆਹ ਨਾ ਕਰੋ। ਮੈਟ੍ਰਿਕ ਪਾਸ। ਪਾਸ ਹੈ ਤਾਂ ਕੀ ਸਭ ਕੁਝ ਠੀਕ ਹੋਵੇਗਾ।" ਗੁੱਸੇ ਨਾਲ ਉਸਦੀਆਂ ਦੋਵੇਂ ਅੱਖਾਂ ਲਾਲ ਹੋ ਗਈਆਂ। ਸ਼ੈਲੇਸ਼ਵਰ ਨੇ ਕਿਸੇ ਤਰ੍ਹਾਂ ਗੁੱਸੇ ਨੂੰ ਰੋਕਦੇ ਹੋਏ ਕਿਹਾ, "ਓਏ ਉਹ ਤਾਂ ਪਾਗਲ ਸੀ।"

ਕੋਈ ਕਿਸੇ ਨੂੰ ਪਾਗਲ ਕਹੇ ਤਾਂ ਬਹਾਦਰ ਦਾ ਹੋਸ਼ ਠਿਕਾਣੇ ਨਹੀਂ ਸੀ ਰਹਿੰਦਾ, ਉਹ ਗੁੱਸੇ ਵਿੱਚ ਆ ਕੇ ਬੋਲਿਆ, 'ਸਾਰੇ ਪਾਗਲ ਹਨ ਕੀ ? ਲੋਕ ਮੈਨੂੰ ਪਾਗਲ ਕਹਿੰਦੇ ਹਨ-ਤਾਂ ਕੀ ਮੈਂ ਪਾਗਲ ਹੋ ਗਿਆ ?"

ਸਾਰੇ ਜ਼ੋਰ ਨਾਲ ਹੱਸ ਪਏ। ਪਰ ਫੇਰ ਵੀ ਮਾਮਲਾ ਦੱਬਿਆ ਨਾ ਰਹਿ ਸਕਿਆ। ਹਾਸਾ ਰੁਕਣ ਮਗਰੋਂ ਸ਼ੈਲੇਸ਼ ਨੇ ਸ਼ਰਮਾਉਂਦੇ ਹੋਏ ਘਟਨਾ ਦਾ ਬਿਓਰਾ ਦਿੱਤਾ, "ਮੇਰੇ ਜੀਵਨ ਵਿੱਚ ਘੱਟ ਤੋਂ ਘੱਟ ਉਹ ਇਕ (unfortunate) ਮਾਮਲਾ ਹੈ। ਵਿਲਾਇਤ

ਜਾਣ ਤੋਂ ਪਹਿਲਾਂ ਹੀ ਮੇਰਾ ਵਿਆਹ ਹੋ ਗਿਆ ਸੀ, ਪਰ ਮੇਰੇ ਸੌਹਰੇ ਦੇ ਨਾਲ ਕਿਸੇ ਗੱਲ ਕਾਰਨ ਮੇਰੇ ਪਿਤਾ ਦਾ ਵਿਵਾਦ ਹੋ ਗਿਆ ਸੀ। ਫੇਰ ਉਸਦਾ ਦਿਮਾਗ ਵੀ ਖ਼ਰਾਬ ਸੀ, ਇਸ ਲਈ ਮੇਰੇ ਪਿਤਾ ਮੇਰੀ ਪਹਿਲੀ ਪਤਨੀ ਨੂੰ ਘਰ ਨਹੀਂ ਰੱਖ ਸਕੇ। ਇੰਗਲੈਂਡ ਤੋਂ ਮੁੜ ਕੇ ਮੈਂ ਉਸ ਨੂੰ ਘਰ ਨਹੀਂ ਵੇਖਿਆ।" ਇਹ ਕਹਿ ਕੇ ਸ਼ੈਲੇਸ਼ ਜ਼ਬਰਦਸਤੀ ਹੱਸਣ ਦੀ ਕੋਸ਼ਿਸ਼ ਕਰਕੇ ਬੋਲਿਆ, "ਓਏ ਬਹਾਦਰ। ਬੁੱਧੀਮਾਨ। ਜੇਕਰ ਉਹ ਪਾਗਲ ਨਾ ਹੁੰਦੀ ਤਾਂ ਕੀ ਉਹ ਲੋਕ ਉਸ ਨੂੰ ਦੋਬਾਰਾ ਭੇਜਣ ਦੀ ਕੋਸ਼ਿਸ਼ ਵੀ ਨਹੀਂ ਕਰਦੇ ? ਚਾਹ ਦੀ ਮਹਿਫ਼ਲ ਵਿੱਚ ਤੁਸੀਂ ਕਦੇ ਗ਼ੈਰਹਾਜ਼ਰ ਨਹੀਂ ਰਹੇ ਪਰ ਉਹ ਸੱਚਮੁੱਚ ਜੇਕਰ ਆ ਗਈ ਤਾਂ ਚਾਹ ਦੀ ਉਮੀਦ ਨਾ ਕਰਨਾ। ਗੰਗਾਜਲ ਅਤੇ ਗੋਹੇ ਦੇ ਛਿੜਕਾਓ ਦੇ ਨਾਲ-ਨਾਲ ਤਹਾਨੂੰ ਸਾਰਿਆਂ ਨੂੰ ਝਾੜੂ ਨਾਲ ਸਾਫ ਕਰਕੇ ਛੱਡੇਗੀ, ਇਹ ਨੋਟਿਸ ਮੈਂ ਤੁਹਾਨੂੰ ਪਹਿਲਾਂ ਤੋਂ ਹੀ ਦੇ ਰਿਹਾ ਹਾਂ।"

ਬਹਾਦਰ ਜ਼ੋਰ ਦੇ ਕੇ ਬੋਲਿਆ, "ਕਦੇ ਵੀ ਨਹੀਂ।"

ਪਰ ਇਸ ਗੱਲ ਨੂੰ ਕਿਸੇ ਨੇ ਵੀ ਅੱਗੇ ਨਹੀਂ ਵਧਾਇਆ, ਇਸ ਦੇ ਬਾਅਦ ਦੋ-ਚਾਰ ਆਮ ਗੱਲਾਂ ਹੋਈਆਂ ਅਤੇ ਫੇਰ ਰਾਤ ਹੋ ਗਈ ਹੈ, ਕਹਿ ਕੇ ਸਾਰੇ

ਚਲੇ ਗਏ। ਰੋਜ਼ ਇਉਂ ਹੀ ਸਭਾ-ਭੰਗ ਹੁੰਦੀ ਹੈ, ਅੱਜ ਵੀ ਇਹੀ ਹੋਇਆ। ਪਰ ਅੱਜ ਸਾਰਿਆਂ ਦੇ ਚਿਹਰੇ ਤੇ ਅਜੀਬ ਜਿਹੀ ਮਲੀਨ ਛਾਇਆ-ਜਿਵੇਂ ਉਹ ਅੱਜ ਮਿਟਣਾ ਨਹੀਂ ਚਾਹ ਰਹੀ ਸੀ।

2

ਸ਼ੈਲੇਸ਼ ਸਮਝ ਗਏ ਕਿ ਉਹਨਾਂ ਦੇ ਮਿੱਤਰ ਉਹਨਾਂ ਦੇ ਤੀਜੇ ਵਿਆਹ ਦੇ ਪੱਖ ਵਿੱਚ ਨਹੀਂ ਹਨ, ਬਲਕਿ ਢੀਠਤਾ ਨਾਲ ਉਹਨਾਂ ਦੀ ਬੇਇਜ਼ਤੀ ਕਰ ਗਏ। ਇਕ ਪਾਸੇ ਤਾਂ ਉਨ੍ਹਾਂ ਦੇ ਗੁੱਸੇ ਦੀ ਕੋਈ ਹੱਦ ਨਹੀਂ ਸੀ, ਦੂਜੇ ਪਾਸੇ ਸ਼ਰਮ ਨਾਲ ਉਹ ਪਾਣੀ-ਪਾਣੀ ਹੁੰਦੇ ਜਾ ਰਹੇ ਸਨ। ਬਾਹਰ ਮੂੰਹ ਵਿਖਾਉਣ ਵਿੱਚ ਉਹਨਾਂ ਨੂੰ ਮੁਸ਼ਕਲ ਹੋਣ ਲੱਗੀ। ਅਠਾਰਾਂ ਸਾਲ ਦੀ ਉਮਰ ਵਿੱਚ ਜਦੋਂ ਸ਼ੈਲੇਸ਼ ਦਾ ਪਹਿਲਾ ਵਿਆਹ ਹੋਇਆ ਸੀ, ਤਦ ਉਸਦੀ ਪਤਨੀ ਦੀ ਉਮਰ ਸਿਰਫ ਗਿਆਰਾਂ ਸਾਲ ਸੀ। ਕੁੜੀ ਵੇਖਣ ਵਿੱਚ ਸੁੰਦਰ ਸੀ, ਇਸਲਈ ਕਾਲੀਪਦ ਬਾਬੂ ਸਸਤੇ ਵਿੱਚ ਮੁੰਡਾ ਵੇਚਣ ਲਈ ਤਿਆਰ ਹੋ ਗਏ ਸਨ, ਫੇਰ ਵੀ ਲੈਣ-ਦੇਣ ਨੂੰ ਲੈ ਕੇ ਸ਼ੈਲੇਸ਼ ਦੇ ਵਿਲਾਇਤ ਜਾਣ ਦੇ ਬਾਅਦ ਦੋਹਾਂ ਕੁੜਮਾਂ ਵਿੱਚ ਝਗੜਾ ਹੋ ਗਿਆ। ਸੌਹਰੇ ਨੇ ਜ਼ਬਰਦਸਤੀ ਵਹੁਟੀ ਤੇ ਉਸਦੇ ਪਿਉ ਨੂੰ

ਘਰ ਭੇਜ ਦਿੱਤਾ। ਇਸ ਲਈ ਪੁੱਤਰ ਦੇ ਦੇਸ ਮੁੜਨ ਤੇ ਖੁਦ ਜਾ ਕੇ ਵਹੁਟੀ ਨੂੰ ਨਹੀਂ ਲਿਆ ਸਕੇ ਅਤੇ ਲਿਆਉਣ ਦੀ ਇੱਛਾ ਵੀ ਨਹੀਂ ਸੀ। ਦੂਜੇ ਪਾਸੇ ਉਮੇਸ਼ ਤਰਕਵਾਦੀ ਅਤੇ ਘੁਮੰਡੀ ਕਿਸਮ ਦੇ ਵਿਅਕਤੀ ਸਨ, ਉਹ ਬ੍ਰਾਹਮਣ ਅਤੇ ਆਪਣੀ ਬੇਟੀ ਦਾ ਸਨਮਾਨ ਛੱਡ ਕੇ ਕੁੜੀ ਨੂੰ ਸੋਹਰੇ ਭੇਜਣ ਵਾਸਤੇ ਰਾਜ਼ੀ ਨਹੀਂ ਹੋਏ। ਸ਼ੈਲੇਸ਼ ਜਦੋਂ ਵਿਲਾਇਤ ਵਿੱਚ ਸੀ ਓਦੋਂ ਹੀ ਉਹਨਾਂ ਨੂੰ ਕੁੱਝ ਗੱਲਾਂ ਦਾ ਪਤਾ ਲੱਗ ਗਿਆ ਸੀ, ਸੋਚਿਆ ਸੀ ਉਹਨਾਂ ਦੇ ਘਰ ਮੁੜਨ ਤੇ ਸਭ ਠੀਕ ਹੋ ਜਾਵੇਗਾ, ਮਗਰ ਚਾਰ ਸਾਲ ਬਾਅਦ ਜਦੋਂ ਉਹ ਘਰ ਮੁੜਿਆ ਤਾਂ ਉਦੋਂ ਤੱਕ ਉਸਦਾ ਸੁਭਾਅ ਬਦਲ ਚੁੱਕਿਆ ਸੀ। ਇਸ ਲਈ ਜਦੋਂ ਉਹਨੂੰ ਵਿਲਾਇਤ ਤੋਂ ਆਏ ਵਿਅਕਤੀ ਦੇ ਕਾਇਦੇ ਨੂੰ ਸਮਝਣ ਵਾਲੀ ਕੁੜੀ ਨਾਲ ਵਿਆਹ ਦੀ ਗੱਲ ਚੱਲੀ ਤਾਂ ਉਹ ਤਿਆਰ ਹੋ ਗਿਆ। ਉਸ ਦੇ ਬਾਅਦ ਬਹੁਤ ਸਮਾਂ ਬੀਤ ਗਿਆ ਸ਼ੈਲੇਸ਼ ਦੇ ਪਿਤਾ ਕਾਲੀਪਦ ਬਾਬੂ ਦਾ ਸੁਰਗਵਾਸ ਹੋ ਚੁੱਕਾ ਹੈ, ਬਜ਼ੁਰਗ ਤਰਕਵਾਦੀ ਵੀ ਸੁਰਗਵਾਸੀ ਹੋ ਚੁੱਕੇ ਹਨ। ਇਸ ਵਿਚਕਾਰ ਉਸ ਘਰ ਦੀ ਕੋਈ ਖਬਰ ਸ਼ੈਲੇਸ਼ ਤੱਕ ਨਹੀਂ ਪਹੁੰਚੀ। ਉਹ ਭਰਾਵਾਂ ਨਾਲ ਰਹਿ ਰਹੀ ਹੈ, ਜਪ, ਤਪ, ਪੂਜਾ-ਪਾਠ, ਗੰਗਾਜਲ ਅਤੇ ਗੋਬਰ ਆਦਿ ਵਿਚ ਉਸ ਦਾ ਸਮਾਂ ਕੱਟ ਰਿਹਾ

ਹੈ-ਉਸ ਦੀ ਸਫਾਈ ਦੇ ਪਾਗਲਪਨ' ਤੋਂ ਉਸ ਦੇ ਭਰਾ ਪਰੇਸ਼ਾਨ ਹੋ ਚੁੱਕੇ ਹਨ। ਇਹਨਾਂ ਗੱਲਾਂ ਵਿੱਚੋਂ ਕੋਈ ਵੀ ਗੱਲ ਸੁਣਨ ਵਿਚ ਚੰਗੀ ਨਹੀਂ ਸੀ, ਬਸ ਇੰਨੀ ਤਸੱਲੀ ਸੀ ਕਿ, ਇਸ ਤਰ੍ਹਾਂ ਦੀ ਇਸਤਰੀ ਦੇ ਚਰਿਤਰ ਨੂੰ ਕੋਈ ਦੋਸ਼ ਨਹੀਂ ਦਿੰਦਾ, ਜੇਕਰ ਦਿੰਦਾ ਵੀ ਤਾਂ ਸ਼ੈਲੇਸ਼ ਨੂੰ ਕਿੰਨਾ ਬੁਰਾ ਲੱਗਦਾ, ਕਹਿ ਸਕਣਾ ਕਠਿਨ ਹੈ, ਪਰ ਇਸ ਬਦਨਾਮੀ ਦਾ ਅਹਿਸਾਸ ਵੀ ਕਦੇ ਉਹਨਾਂ ਦੇ ਕੰਨਾਂ ਤੱਕ ਨਹੀਂ ਪਹੁੰਚਿਆ।

ਸ਼ੈਲੇਸ਼ ਸੋਚਣ ਲੱਗੇ, ਭੁਪੇਨਬਾਬੂ ਨੂੰ ਪੜ੍ਹੀ ਲਿਖੀ ਕੁੜੀ ਦੀ ਉਮੀਦ ਅਜੇ ਕਿਉਂ ਛੱਡੀ ਜਾਵੇ; ਪਿੰਡ ਦੀ ਪੱਚੀ-ਛੱਬੀ ਸਾਲ ਦੀ ਇਕ ਅਨਪੜ੍ਹ ਔਰਤ ਨੂੰ ਘਰ ਦੀ ਜ਼ਿੰਮੇਵਾਰੀ ਦੇਣ ਨਾਲ ਘਰ ਵਿੱਚ ਸਭ ਉਲਟ-ਪੁਲਟ ਹੋ ਜਾਵੇਗਾ, ਇਸ ਵਿੱਚ ਕੋਈ ਸ਼ੱਕ ਨਹੀਂ ਹੈ। ਖਾਸ ਕਰਕੇ ਸੋਮੇਨ ਜਦੋਂ ਇਹ ਸੋਚੇਗਾ ਕਿ ਉਸਦੀ ਮਾਂ ਉਸਦੇ ਦੁਰਭਾਗ ਦਾ ਕਾਰਣ ਹੈ ਅਤੇ ਇਹ ਸੋਚ ਕੇ ਉਹ ਕਿਹੋ ਜਿਹੀ ਨਜ਼ਰਾਂ ਨਾਲ ਉਸ ਨੂੰ ਵੇਖੇਗਾ, ਇਹ ਸੋਚਕੇ ਉਸਦਾ ਮਨ ਸ਼ੰਕਿਆ ਨਾਲ ਭਰ ਗਿਆ। ਸ਼ਾਮ ਬਾਜ਼ਾਰ ਵਿੱਚ ਉਸਦੀ ਭੈਣ ਦਾ ਘਰ ਹੈ। ਵਿਭਾ ਬੈਰਿਸਟਰ ਦੀ ਘਰਵਾਲੀ ਹੈ, ਉਥੇ ਉਹਨਾਂ ਦੇ ਬੇਟੇ ਦਾ ਰਹਿਣਾ ਠੀਕ ਹੈ, ਪਰ ਇੰਜ ਹਮੇਸ਼ਾ ਲਈ ਤਾਂ ਨਹੀਂ ਹੋ ਸਕਦਾ। ਉਸਦੀ ਇੱਛਾ

ਹੋਈ, ਮਸ਼ਹੂਰ ਪੰਡਤ ਦੀ ਪਿਟਾਈ ਕਰ ਦੇਵੇ। ਉਸ ਵਿਅਕਤੀ ਨੂੰ ਕਿੰਨੀ ਚਾਹ ਅਤੇ ਬਿਸਕੁਟ ਖੁਆਏ ਹਨ ਅਤੇ ਉਸਨੇ ਇਹ ਬਦਲਾ ਦਿੱਤਾ।

ਅਸਲ ਵਿੱਚ ਸ਼ੈਲੇਸ਼ ਬੁਰੇ ਵਿਅਕਤੀ ਨਹੀਂ ਸਨ, ਪਰ ਉਹ ਕਮਜ਼ੋਰ ਪ੍ਰਕ੍ਰਿਤੀ ਦੇ ਵਿਅਕਤੀ ਹਨ। ਇਸ ਲਈ ਸੱਚਮੁੱਚ ਦੀ ਸ਼ਰਮ ਨਾਲ ਅੱਖਾਂ ਦੀ ਸ਼ਰਮ ਉਸ ਵਿੱਚ ਪ੍ਰਬਲ ਸੀ। ਵਿੱਦਿਆ ਦੇ ਹੰਕਾਰ ਦੇ ਨਾਲ-ਨਾਲ ਉਸ ਦਾ ਇਕ ਹੋਰ ਵੱਡਾ ਹੰਕਾਰ ਇਹ ਸੀ ਕਿ ਉਹ ਜਾਣ ਬੁਝ ਕੇ ਕਿਸੇ ਦੇ ਪ੍ਰਤੀ ਲੇਸ਼ਮਾਤਰ ਵੀ ਅਨਾਇ ਜਾਂ ਮੰਦੇ ਵਿਚਾਰ ਨਹੀਂ ਕਰ ਸਕਦੇ। ਮਿੱਤਰ ਮੂੰਹ ਤੋਂ ਕੁੱਝ ਵੀ ਨਾ ਕਹਿਣ ਪਰ ਅੰਦਰ ਹੀ ਅੰਦਰ ਇਸ ਮਾਮਲੇ ਵਿੱਚ ਉਹਨਾਂ ਨੂੰ ਮੁਜ਼ਰਮ ਮੰਨਣਗੇ, ਉਹ ਇਹ ਸਮਝ ਗਏ ਸਨ—ਇਹ ਗੱਲ ਸਹਿਣਾ ਉਹਨਾਂ ਲਈ ਅਸੰਭਵ ਸੀ।

ਸਾਰੀ ਰਾਤ ਚਿੰਤਾ ਵਿੱਚ ਡੁੱਬਣ ਦੇ ਬਾਅਦ ਸਵੇਰ ਵੇਲੇ ਉਹਨਾਂ ਦੇ ਦਿਮਾਗ ਵਿੱਚ ਸਹਿਜ ਬੁੱਧੀ ਦਾ ਪ੍ਰਗਟਾ ਹੋਇਆ। ਉਸ ਨੂੰ ਜੇਕਰ ਵਾਪਸ ਬੁਲਾ ਲਿਆ ਜਾਵੇ ਤਾਂ ਸਾਰੀਆਂ ਸਮਸਿਆਵਾਂ ਦਾ ਹਲ ਹੋ ਜਾਣਗੀਆਂ। ਪਹਿਲੀ ਗੱਲ ਤਾਂ ਉਹ ਆਏਗੀ ਨਹੀਂ। ਫਿਰ ਕੋਈ ਉਹਨਾਂ ਨੂੰ ਦੋਸ਼ ਨਹੀਂ ਦੇ ਸਕੇਗਾ। ਜੇਕਰ ਪਾ ਵੀ ਗਈ ਤਾਂ ਇਸ ਮਲੇਛ ਦੇ ਘਰੋਂ ਦੋ ਦਿਨਾਂ ਵਿਚ ਹੀ ਭੱਜ ਜਾਏਗੀ। ਦੋ-ਚਾਰ

ਦਿਨਾਂ ਦੇ ਲਈ ਸੋਮੇਨ ਨੂੰ ਉਸਦੀ ਭੂਆ ਦੇ ਘਰ ਭੇਜਕੇ, ਖੁਦ ਕਿਤੇ ਜਾ ਕੇ ਛਿਪ ਜਾਣ ਨਾਲ ਹੀ ਹੋ ਜਾਏਗਾ। ਇੰਨੀ ਸਿੱਧੀ-ਜਿਹੀ ਗੱਲ ਉਹਨਾਂ ਦੇ ਦਿਮਾਗ ਵਿੱਚ ਹੁਣ ਤੱਕ ਕਿਉਂ ਨਹੀਂ ਆਈ, ਸੋਚ ਕੇ ਉਹ ਹੈਰਾਨ ਰਹਿ ਗਏ। ਇਹੀ ਠੀਕ ਰਹੇਗਾ।

ਉਹਨਾਂ ਨੇ ਕਾਲਜ ਤੋਂ ਸੱਤ ਦਿਨਾਂ ਦੀ ਛੁੱਟੀ ਲੈ ਲਈ। ਇਲਾਹਾਬਾਦ ਵਿੱਚ ਬਚਪਨ ਦੇ ਇਕ ਮਿੱਤਰ ਰਹਿੰਦੇ ਸਨ, ਉਹਨਾਂ ਨੂੰ ਆਪਣੇ ਆਉਣ ਦਾ ਤਾਰ ਭੇਜ ਦਿੱਤਾ ਅਤੇ ਵਿਭਾ ਨੂੰ ਖ਼ਤ ਲਿਖਿਆ ਕਿ ਉਹ ਨੰਦੀਪੁਰ ਤੋਂ ਊਸ਼ਾ ਨੂੰ ਲੈਣ ਲਈ ਭੇਜ ਰਿਹਾ ਹੈ, ਜੇਕਰ ਉਹ ਆ ਜਾਏ ਤਾਂ ਵਿਭਾ ਸੋਮੇਨ ਨੂੰ ਸ਼ਾਮ ਬਜ਼ਾਰ ਲੈ ਜਾਵੇ। ਉਹ ਸੱਤ ਦਿਨਾਂ ਬਾਅਦ ਇਲਾਹਾਬਾਦ ਤੋਂ ਮੁੜਨਗੇ।

ਸ਼ੈਲੇਸ਼ ਦੇ ਮਾਮੇ ਦਾ ਪੁੱਤਰ ਮੈਸ ਵਿੱਚ ਰਹਿ ਕੇ ਸੌਦਾਗਰੀ ਆਫਿਸ ਵਿੱਚ ਨੌਕਰੀ ਕਰਦਾ ਸੀ। ਉਸ ਨੂੰ ਬੁਲਵਾ ਕੇ ਕਿਹਾ, "ਭੂਤੋ, ਤੂੰ ਕੱਲ ਨੰਦੀ ਪਿੰਡ ਜਾਣਾ ਹੈ, ਆਪਣੀ ਭਾਬੀ ਨੂੰ ਲਿਆਉਣ।"

ਭੂਤਨਾਥ ਹੈਰਾਨ ਹੋ ਕੇ ਬੋਲੇ, "ਭਾਬੀ, ਕਿਹੜੀ ਭਾਬੀ ?"

"ਤੂੰ ਤਾਂ ਬਰਾਤ ਵਿੱਚ ਵੀ ਗਿਆ ਸੀ, ਕੀ ਤੈਨੂੰ ਯਾਦ ਨਹੀਂ ? ਉਮੇ ਭੱਟਾਚਾਰੀਆ ਦੇ ਘਰ ?"

"ਚੰਗੀ ਤਰ੍ਹਾਂ ਯਾਦ ਹੈ, ਪਰ ਕੋਈ ਕਿਸੇ ਨੂੰ ਨਹੀਂ ਪਛਾਣਦਾ, ਉਹ ਕਿਉਂ ਆਏਗੀ ਮੇਰੇ ਨਾਲ?"

ਸ਼ੈਲੇਸ਼ ਬੋਲੇ, "ਨਾ ਆਏ ਤਾਂ ਨਾ ਸਹੀ। ਤੈਨੂੰ ਕੀ ? ਨਾਲ ਨੌਕਰ ਅਤੇ ਦਾਸੀ ਵੀ ਜਾਣਗੇ, ਨਾ ਆਉਣਾ ਚਾਹੇ ਤਾਂ ਤੂੰ ਮੁੜ ਆਉਣਾ।"

ਭੂਤੋ ਤ੍ਰਭਕਿਆ, ਕੁੱਝ ਦੇਰ ਚੁੱਪ ਰਹਿ ਕੇ ਬੋਲਿਆ, "ਠੀਕ ਹੈ, ਮੈਂ ਚਲਾ ਜਾਵਾਂਗਾ। ਪਰ ਮੇਰੀ ਪਿਟਾਈ ਨਾ ਕਰ ਦੇਵੇ।"

ਸ਼ੈਲੇਸ਼ ਨੇ ਉਸਨੂੰ ਕੁੱਝ ਰੁਪਏ ਅਤੇ ਇਕ ਚਾਬੀ ਦੇ ਕੇ ਕਿਹਾ, "ਅੱਜ ਰਾਤ ਦੀ ਟਰੇਨ ਰਾਹੀਂ ਇਲਾਹਾਬਾਦ ਜਾ ਰਿਹਾ ਹਾਂ। ਸੱਤ ਦਿਨਾਂ ਬਾਅਦ ਮੁੜਾਂਗਾ। ਜੇਕਰ ਆਏ ਤਾਂ ਇਹ ਚਾਬੀ ਦੇ ਕੇ ਉਹ ਅਲਮਾਰੀ ਵਿਖਾ ਦੇਣਾ। ਘਰ ਦੇ ਖਰਚ ਦੇ ਰੁਪਏ ਉਸ ਵਿੱਚ ਹਨ। ਪੂਰਾ ਮਹੀਨਾ ਚੱਲਣਾ ਚਾਹੀਦਾ ਹੈ।"

ਭੂਤਨਾਥ ਤਿਆਰ ਹੁੰਦੇ ਹੋਏ ਬੋਲਿਆ, "ਠੀਕ ਹੈ। ਪਰ ਭਰਾ ਅਚਾਨਕ ਤੁਹਾਨੂੰ ਇਹ ਗੱਲ ਕਿਉਂ ਸੁਝੀ ? ਨਹਿਰ ਪੁੱਟ ਕੇ ਮਗਰਮੱਛ ਤਾਂ ਨਹੀਂ ਲਿਆ ਰਹੇ ?"

ਸ਼ੈਲੇਸ਼ ਚਿੰਤਿਤ ਹੋ ਕੇ ਇਕ ਡੂੰਘਾ ਸਾਹ ਛੱਡਦੇ ਹੋਏ ਬੋਲੇ, "ਉਹ ਨਹੀਂ ਆਏਗੀ। ਪਰ ਸਮਾਜ ਦੇ ਹਿਸਾਬ ਨਾਲ ਮੈਨੂੰ ਤਾਂ ਇਹ ਕਰਨਾ ਹੀ ਪਵੇਗਾ।

ਸ਼ਾਮ ਬਾਜ਼ਾਰ ਵਿੱਚ ਖਬਰ ਦੇ ਦੇਣਾ। ਸੋਮੇਨ ਨੂੰ ਲੈ ਜਾਣਗੇ ?"

ਰਾਤ ਨੂੰ ਪੰਜਾਬ ਮੇਲ ਰਾਹੀਂ ਸ਼ੈਲੇਸ਼ ਇਲਾਹਾਬਾਦ ਚਲੇ ਗਏ।

3

ਕੁੱਝ ਦਿਨਾਂ ਮਗਰੋਂ ਇਕ ਦੁਪਹਿਰ ਨੂੰ ਘਰ ਦੇ ਬਾਹਰ ਇਕ ਮੋਟਰ ਆ ਕੇ ਰੁਕੀ ਅਤੇ ਦੋ ਮਿੰਟ ਵਿੱਚ ਹੀ ਇਕ ਬਾਈ-ਤੇਈ ਸਾਲ ਦੀ ਔਰਤ ਬੈਠਕ ਵਿੱਚ ਪਹੁੰਚੀ। ਕਾਰਪੇਟ ਉਤੇ ਸੋਮੇਂਦਰ ਆਪਣੀ ਨਵੀਂ ਮਾਂ ਦੀ ਐਲਬਮ ਵਿੱਚੋਂ ਫੋਟੋ ਵਿਖਾ ਰਿਹਾ ਸੀ, ਉਸਨੇ ਬੜੇ ਆਨੰਦ ਨਾਲ ਪਛਾਣ ਕਰਵਾਉਂਦੇ ਹੋਏ ਕਿਹਾ, "ਮਾਂ, ਭੂਆ।"

ਊਸ਼ਾ ਖੜੀ ਹੋ ਗਈ। ਉਸਨੇ ਇਕ ਮਾਮੂਲੀ-ਜਿਹੀ ਲਾਲ ਬਾਰਡਰ ਵਾਲੀ ਸਾੜੀ ਪਹਿਨੀ ਹੋਈ ਸੀ। ਹੱਥ ਅਤੇ ਗਲੇ ਵਿੱਚ ਸਧਾਰਨ ਜਿਹੇ ਗਹਿਣੇ ਸਨ। ਪਰ ਉਸਦਾ ਰੂਪ ਦੇਖ ਕੇ ਵਿਭਾ ਹੈਰਾਨ ਰਹਿ ਗਈ।

ਪਹਿਲਾਂ ਊਸ਼ਾ ਨੇ ਹੀ ਗੱਲਬਾਤ ਸ਼ੁਰੂ ਕੀਤੀ। ਹੱਸ ਕੇ ਪੁੱਤਰ ਨੂੰ ਬੋਲੀ, "ਕੀ ਭੂਆ ਨੂੰ ਪੈਰੀਂ ਪੈਣਾ ਨਹੀਂ ਕਰੇਂਗਾ ?" ਸੋਮੇਨ ਨੂੰ ਸ਼ਾਇਦ ਇਹ ਨਵੀਂ

ਸਿਖਿਆ ਦਿੱਤੀ ਗਈ ਸੀ, ਉਸ ਨੇ ਛੇਤੀ ਨਾਲ ਝੁਕ ਕੇ ਭੂਆ ਦੀਆਂ ਜੁੱਤੀਆਂ ਨੂੰ ਛੂਹ ਕੇ ਉਨ੍ਹਾਂ ਨੂੰ ਪੈਰੀਂ ਪੈਣਾ ਕੀਤਾ।

ਊਸ਼ਾ ਬੋਲੀ, "ਖੜੀ ਕਿਉਂ ਹੋ ਨਣਦ ਜੀ, ਬੈਠੋ ਨਾ।"

ਵਿਭਾ ਨੇ ਪੁੱਛਿਆ, "ਤੁਸੀਂ ਕਦੋਂ ਆਏ ?"

ਊਸ਼ਾ ਬੋਲੀ, "ਸੋਮਵਾਰ ਆਈ ਸੀ, ਅੱਜ ਬੁੱਧਵਾਰ ਹੈ-ਤਿੰਨ ਦਿਨ ਹੋ ਗਏ। ਪਰ ਖੜੇ ਰਹਿਣ ਨਾਲ ਗੱਲ ਨਹੀਂ ਬਣੇਗੀ, ਬੈਠੋ ਨਾ।"

ਵਿਭਾ ਦੋਸਤੀ ਕਰਨ ਨਹੀਂ ਆਈ ਸੀ, ਘਰੋਂ ਮਨ ਪੱਕਾ ਕਰਕੇ ਆਈ ਸੀ। ਬੋਲੀ, "ਬੈਠਣ ਦਾ ਸਮਾਂ ਨਹੀਂ ਹੈ-ਬਹੁਤ ਕੰਮ ਹੈ। ਮੈਂ ਸੋਮੇਨ ਨੂੰ ਲਿਜਾਣ ਲਈ ਆਈ ਹਾਂ।"

ਪਰ ਇਸ ਰੁੱਖੇਪਨ ਦਾ ਉਤਰ ਊਸ਼ਾ ਨੇ ਹੱਸ ਕੇ ਦਿੱਤਾ। ਬੋਲੀ, "ਮੈਂ ਇੱਕਲੀ ਕਿਵੇਂ ਰਹਾਂਗੀ ? ਉਥੇ ਭਾਬੀਆਂ ਦੇ ਸਾਰੇ ਬੱਚੇ ਮੇਰੇ ਕੋਲ ਹੀ ਵੱਡੇ ਹੋਏ। ਕੋਈ ਇਕ ਬੰਦਾ ਕੋਲ ਨਹੀਂ ਰਹੇਗਾ, ਤਾਂ ਮੈਂ ਜੀ ਨਹੀਂ ਸਕਾਂਗੀ ਨਣਦ ਜੀ।" ਇਹ ਕਹਿ ਕੇ ਉਹ ਫੇਰ ਹੱਸੀ।

ਇਸ ਹਾਸੇ ਦਾ ਉੱਤਰ ਵਿਭਾ ਨੇ ਕੌੜੀ ਗੱਲ ਨਾਲ ਹੀ ਦਿੱਤਾ। ਸੋਮੇਨ ਨੂੰ ਬੁਲਾਕੇ ਬੋਲੀ, "ਤੁਹਾਡੇ ਪਿਤਾ ਨੇ ਕਿਹਾ ਹੈ ਕਿ ਤੂੰ ਮੇਰੇ ਕੋਲ ਆਕੇ ਰਹਿ। ਮੇਰੇ ਕੋਲ ਬਰਬਾਦ ਕਰਨ ਲਈ ਸਮਾਂ ਨਹੀਂ ਹੈ

ਸੋਮੇਨ-ਜਾਓ, ਜਲਦੀ ਨਾਲ ਕਪੜੇ ਬਦਲ ਲਵੋ, ਮੈਨੂੰ ਨਿਊ ਮਾਰਕਿਟ ਹੋ ਕੇ ਜਾਣਾ ਹੈ।"

ਦੋਨਾਂ ਦੇ ਵਿੱਚ ਫਸ ਕੇ ਉਹ ਉਦਾਸ ਆਵਾਜ਼ ਵਿੱਚ ਬੋਲਿਆ, "ਮਾਂ ਨੇ ਜਾਣ ਲਈ ਮਨ੍ਹਾਂ ਕੀਤਾ ਹੈ ਭੂਆ ਜੀ ?"

ਮੁਸੀਬਤ ਨੂੰ ਆਪਣੇ ਉਤੇ ਆਉਂਦੇ ਵੇਖ ਕੇ ਊਸ਼ਾ ਤੁਰੰਤ ਬੋਲੀ, "ਮੈਂ ਤੈਨੂੰ ਜਾਣ ਤੋਂ ਮਨ੍ਹਾਂ ਨਹੀਂ ਕੀਤਾ ਪੁੱਤਰ, ਮੈਂ ਤਾਂ ਸਿਰਫ ਏਨਾਂ ਕਹਿ ਰਹੀ ਹਾਂ ਕਿ ਤੁਸੀਂ ਚਲੇ ਜਾਓਗੇ ਤਾਂ ਮੈਨੂੰ ਇਥੇ ਇਕੱਲਿਆਂ ਨੂੰ ਕਸ਼ਟ ਹੋਵੇਗਾ।

ਮੁੰਡੇ ਨੇ ਇਸ ਗੱਲ ਦਾ ਕੋਈ ਉਤਰ ਨਹੀਂ ਦਿੱਤਾ, ਬਸ ਆਪਣੀ ਮਤਰੇਈ ਮਾਂ ਦੇ ਹੋਰ ਨੇੜੇ ਜਾ ਕੇ ਉਸਦਾ ਪੱਲੂ ਫੜਕੇ ਖੜਾ ਹੋ ਗਿਆ। ਉਸਦੇ ਵਾਲਾਂ ਵਿੱਚ ਹੱਥ ਫੇਰਦੇ ਹੋਏ ਊਸ਼ਾ ਹੱਸ ਕੇ ਬੋਲੀ, "ਇਹ ਨਹੀਂ ਜਾਣਾ ਚਾਹੁੰਦਾ ਨਣਦ ਜੀ।"

ਸ਼ਰਮ ਅਤੇ ਗੁੱਸੇ ਨਾਲ ਵਿਭਾ ਦਾ ਚਿਹਰਾ ਕਾਲਾ ਪੈ ਗਿਆ ਅਤੇ ਸੱਭਿਅ ਸਮਾਜ ਦੀ ਉਚ ਸਿੱਖਿਆ ਪ੍ਰਾਪਤ ਹੋਣ ਦੇ ਬਾਅਦ ਵੀ ਉਹ ਖ਼ੁਦ ਨੂੰ ਰੋਕ ਨਾ ਸਕੀ। ਬੋਲੀ, "ਪਰ ਉਸ ਦਾ ਜਾਣਾ ਹੀ ਠੀਕ ਹੈ ਅਤੇ ਮੇਰਾ ਵਿਸ਼ਵਾਸ ਹੈ ਕਿ ਤੁਸੀਂ ਜੇਕਰ ਗਲਤ ਵਧਾਵਾ ਨਾ ਦਿੰਦੇ ਤਾਂ ਉਹ ਆਪਣੇ ਪਿਤਾ ਦੀ ਆਗਿਆ ਦਾ ਪਾਲਨ ਕਰਦਾ।"

ਊਸ਼ਾ ਦੇ ਬੁੱਲ੍ਹ ਦਾ ਇਕ ਕੋਣਾ ਸਖ਼ਤ ਹੋ ਗਿਆ ਅਤੇ ਉਸਦੇ ਚਿਹਰੇ ਤੇ ਕੋਈ ਬਦਲਾਓ ਨਹੀਂ ਆਇਆ। ਬੋਲੀ, "ਅਸੀਂ ਵੱਡੇ ਹਾਂ, ਸਾਨੂੰ ਨਹੀਂ ਪਤਾ ਹੈ ਕਿ ਕੀ ਠੀਕ ਹੈ ਪਰ ਸੋਮੇਨ ਤਾਂ ਅਜੇ ਬੱਚਾ ਹੈ। ਉਸਦੀ ਸਮਝ ਹੀ ਕਿੰਨੀ ਕੁ ਹੈ। ਪਰ ਜਿਹੜੀ ਗਲਤ ਵਧਾਉਣ ਦੀ ਗੱਲ ਕਰ ਰਹੀ ਹੋ ਨਣਦ ਜੀ, ਤਾਂ ਮੈਂ ਬਹੁਤ ਬੱਚੇ ਪਾਲੇ ਹਨ, ਮੈਂ ਇਹ ਸਭ ਸੰਭਾਲਣਾ ਜਾਣਦੀ ਹਾਂ। ਤੁਸੀਂ ਚਿੰਤਾ ਨਾ ਕਰੋ।"

ਵਿਭਾ ਨੇ ਕਠੋਰ ਹੋਕੇ ਕਿਹਾ, "ਤਾਂ ਮੈਂ ਭਰਾ ਨੂੰ ਚਿੱਠੀ ਲਿਖ ਦਿਆਂ।"

ਊਸ਼ਾ ਬੋਲੀ, "ਹਾਂ, ਲਿਖ ਦਿਓ। ਲਿਖ ਦੇਣਾ ਕਿ ਉਹਨਾਂ ਦੇ ਇਲਾਹਾਬਾਦ ਦੇ ਹੁਕਮ ਤੋਂ ਜ਼ਿਆਦਾ ਮੈਂ ਕਲਕੱਤੇ ਦੇ ਹੁਕਮ ਨੂੰ ਮੰਨਦੀ ਹਾਂ। ਪਰ ਵੇਖੋ ਵਿਭਾ, ਮੈਂ ਉਮਰ ਵਿੱਚ ਅਤੇ ਰਿਸ਼ਤੇ ਦੋਹਾਂ ਵਿੱਚ ਤੁਹਾਡੇ ਤੋਂ ਵੱਡੀ ਹਾਂ। ਹੁਣ ਇਸ ਗੱਲ ਨੂੰ ਲੈ ਕੇ ਤੁਸੀਂ ਮੇਰੇ ਤੇ ਘਮੰਡ ਨਹੀਂ ਕਰ ਸਕਦੇ। ਇਹ ਕਹਿ ਕੇ ਉਹ ਫੇਰ ਹੱਸ ਕੇ ਬੋਲੀ, "ਅੱਜ ਤੁਸੀਂ ਗੁੱਸੇ ਵਿੱਚ ਇਕ ਵਾਰ ਵੀ ਨਾਲ ਨਹੀਂ ਬੈਠੇ, ਪਰ ਇਕ ਦਿਨ ਤੁਸੀਂ ਆਪਣੀ ਮਰਜ਼ੀ ਨਾਲ ਆਪਣੀ ਇਸ ਭਾਬੀ ਦੇ ਨੇੜੇ ਬੈਠੋਗੇ ਇਹ ਵੀ ਅੱਜ ਤੈਨੂੰ ਦੱਸ ਦਿੰਦੀ ਹਾਂ।"

ਵਿਭਾ ਨੇ ਇਸ ਗੱਲ ਦਾ ਕੋਈ ਉਤਰ ਨਹੀਂ ਦਿੱਤਾ, ਬੋਲੀ, "ਅੱਜ ਮੇਰੇ ਕੋਲ ਸਮਾਂ ਨਹੀਂ ਹੈ-ਨਮਸਕਾਰ।" ਇਹ ਕਹਿ ਕੇ ਉਹ ਤੇਜ਼ ਕਦਮਾਂ ਨਾਲ ਚੱਲਦੀ ਹੋਈ ਬਾਹਰ ਚਲੀ ਗਈ। ਗੱਡੀ ਵਿੱਚ ਬੈਠ ਕੇ ਅਚਾਨਕ ਉਸਨੇ ਉਤੇ ਵੇਖਿਆ ਤਾਂ ਊਸ਼ਾ ਸੋਮੇਨ ਨੂੰ ਲੈ ਕੇ ਬਰਾਂਡੇ ਦੀ ਰੇਲਿੰਗ ਫੜੀ ਮੂਰਤੀ ਵਾਂਗ ਸਥਿਰ ਖਲੋਤੀ ਹੋਈ ਸੀ।

4

ਸੱਤ ਦਿਨ ਦੀ ਛੁੱਟੀ ਸੀ, ਮਗਰ ਦੋ ਹਫਤੇ ਇਲਾਹਾਬਾਦ ਵਿੱਚ ਰਹਿ ਕੇ ਅਚਾਨਕ ਇਕ ਦੁਪਹਿਰ ਨੂੰ ਸ਼ੈਲੇਸ਼ਵਰ ਘਰ ਪਹੁੰਚੇ। ਸਾਹਮਣੇ ਹੀ ਬਰਾਂਡੇ ਵਿੱਚ ਬੈਠਾ ਸੋਮੇਨ ਕੁੱਝ ਤਿਲ੍ਹੀਆਂ, ਰੰਗ-ਬਿਰੰਗੇ ਕਾਗਜ਼, ਗੋਂਦ ਆਦਿ ਲੈ ਕੇ ਰੁੱਝਿਆ ਹੋਇਆ ਸੀ, ਪਿਤਾ ਦਾ ਆਉਣਾ, ਪਹਿਲਾ ਤਾਂ ਉਸਨੇ ਧਿਆਨ ਹੀ ਨਹੀਂ ਦਿੱਤਾ ਪਰ ਵੇਖਦੇ ਹੀ ਸੁਆਗਤ ਕੀਤਾ, ਝੁੱਕ ਕੇ ਪੈਰ ਛੂਹ ਕੇ ਪ੍ਰਣਾਮ ਕੀਤਾ। ਵੱਡਿਆਂ ਨੂੰ ਪ੍ਰਣਾਮ ਕਰਨ ਵਿੱਚ ਅਜੇ ਉਹ ਮਾਹਿਰ ਨਹੀਂ ਹੋਇਆ ਸੀ, ਉਸਦਾ ਚਿਹਰਾ ਵੇਖਕੇ ਇਹ ਪਤਾ ਲਗਦਾ ਸੀ। ਸ਼ੈਲੇਸ਼ ਨੂੰ ਬੁਰਾ ਨਹੀਂ ਲਗਿਆ, ਪਰ ਉਹ ਹੈਰਾਨ ਹੋਏ। ਪਰ ਕਾਗਜ਼,

ਤਿੱਲੀ, ਗੋਂਦ ਉਤੇ ਨਜ਼ਰ ਪੈਂਦੇ ਹੀ ਬੋਲੇ, " ਇਹ ਕੀ ਹੋ ਰਿਹਾ ਹੈ ਸੋਮੇਨ ? "

ਸੋਮੇਨ ਨੇ ਰਹੱਸ ਨਾ ਖੋਲ੍ਹਦੇ ਹੋਏ ਕਿਹਾ, "ਤੁਸੀਂ ਦੱਸੋ ਪਿਤਾ ਜੀ, ਇਹ ਕੀ ਹੈ ?"

ਪਿਤਾ ਜੀ ਬੋਲੇ, "ਮੈਨੂੰ ਕਿਵੇਂ ਪਤਾ ਹੋਵੇਗਾ ?"

ਬੇਟਾ ਖੁਸ਼ ਹੁੰਦੇ ਹੋਏ ਤਾੜੀ ਵਜਾ ਕੇ ਬੋਲਿਆ, "ਆਕਾਸ਼-ਪ੍ਰਦੀਪ।"

"ਆਕਾਸ਼-ਪ੍ਰਦੀਪ ? ਆਕਾਸ਼-ਪ੍ਰਦੀਪ ਦਾ ਕੀ ਕਰੋਂਗੇ ?"

ਇਸਦਾ ਅਨੋਖਾ ਬਿਓਰਾ ਸੋਮੇਨ ਨੇ ਸਵੇਰੇ ਹੀ ਸੁਣਿਆ ਸੀ, ਬੋਲਿਆ, "ਅੱਜ ਸੰਕ੍ਰਾਂਤੀ ਹੈ, ਕੱਲ੍ਹ ਸ਼ਾਮ ਨੂੰ ਉਥੇ ਉੱਚੇ ਬਾਂਸ ਵਿਚ ਬੰਨ੍ਹ ਕੇ ਟੰਗਾ ਹੈ, ਪ਼ਿਤਾ ਜੀ। ਮਾਂ ਕਹਿੰਦੀ ਹੈ, ਮੇਰੇ ਦਾਦਾ ਜੀ, ਜੋ ਸਵਰਗ ਵਿਚ ਹਨ, ਉਨ੍ਹਾਂ ਨੂੰ ਰੌਸ਼ਨੀ ਦਿਖਾਉਣੀ ਹੈ। ਉਹ ਅਸ਼ੀਰਵਾਦ ਦੇਣਗੇ।"

ਸ਼ੈਲੇਸ਼ ਦਾ ਦਿਮਾਗ ਪਹਿਲਾਂ ਹੀ ਗਰਮ ਸੀ, ਖਿੱਚ ਕੇ ਪੈਰ ਮਾਰ ਕੇ ਸੁੱਟ ਕੇ ਧਮਕਾਉਂਦੇ ਹੋਏ ਬੋਲੇ, "ਆਸ਼ੀਰਵਾਦ ਦਿੰਦੇ ਹਨ। ਸਾਰੇ ਮਾੜੇ ਸੰਸਕਾਰ—ਜਾ, ਜਾ ਕੇ ਪੜ੍ਹ।"

ਉਸਦਾ ਏਨੀ ਮਿਹਨਤ ਨਾਲ ਬਣਿਆ ਆਕਾਸ਼-ਪ੍ਰਦੀਪ ਫਾੜ ਦੇਣ ਤੇ ਸੋਮੇਨ ਦਾ ਮਨ ਰੋਣ ਨੂੰ ਹੋਇਆ। ਉਪਰੋਂ ਬੜੀ ਮਿੱਠੀ-ਜਿਹੀ ਆਵਾਜ਼ ਵਿੱਚ

ਪੁਕਾਰ ਸੁਣਾਈ ਦਿੱਤੀ, "ਸੋਮੇਨ ਬੇਟਾ। ਕੱਲ੍ਹ ਬਾਜ਼ਾਰੋਂ ਮੈਂ ਹੋਰ ਵੀ ਚੰਗਾ ਆਕਾਸ਼-ਪ੍ਰਦੀਪ ਲਿਆ ਦੇਵਾਂਗੀ, ਤੁਸੀਂ ਮੇਰੇ ਕੋਲ ਆਓ ।"

ਸੋਮੇਨ ਹੰਝੂ ਪੂੰਝਦਾ ਹੋਇਆ ਉਥੋਂ ਚਲਾ ਗਿਆ। ਸ਼ੈਲੇਸ਼ ਨੇ ਕਿਤੇ ਹੋਰ ਧਿਆਨ ਨਹੀਂ ਦਿੱਤਾ, ਉਹ ਪਰੇਸ਼ਾਨ ਹੋ ਕੇ ਆਪਣੀ ਬੈਠਕ ਵਿਚ ਚਲੇ ਗਏ। ਅਗਲੇ ਪਲ ਹੀ ਘੰਟੀ ਦੀ ਆਵਾਜ਼ ਆਈ-ਟੂਨ-ਟੂਨ-ਟੂਨ, ਕਿਸੀ ਨੇ ਉਤਰ ਨਹੀਂ ਦਿੱਤਾ।

"ਅਬਦੁੱਲ।"

ਅਬਦੁੱਲ ਨਹੀਂ ਆਇਆ।

"ਗਿਰਧਾਰੀ ? ਗਿਰਧਾਰੀ।"

ਗਿਰਧਾਰੀ ਦੀ ਥਾਂ ਬੰਗਾਲੀ ਨੌਕਰ ਗੋਕੁਲ ਨੇ ਪਰਦੇ ਦੇ ਪਿੱਛੋਂ ਝਾਕਦੇ ਹੋਏ ਕਿਹਾ, "ਜੀ-"

ਸ਼ੈਲੇਸ਼ ਗੁੱਸੇ ਨਾਲ ਧਮਕਾਉਂਦੇ ਹੋਏ ਬੋਲਿਆ, "ਜੀ ਦੇ ਬੱਚੇ ? ਸਾਰੇ ਮਰ ਗਏ ਕੀ ?"

ਗੋਕੁਲ ਬੋਲਿਆ, "ਜੀ ਨਹੀਂ।"

"ਜੀ ਨਹੀਂ ? ਅਬਦੁੱਲ ਕਿੱਥੇ ਹੈ ?"

ਗੋਕੁਲ ਬੋਲਿਆ, "ਮਾਂ ਨੇ ਉਸਨੂੰ ਛੁੱਟੀ ਦੇ ਦਿੱਤੀ ਹੈ, ਉਹ ਆਪਣੇ ਪਿੰਡ ਚਲਾ ਗਿਆ ਹੈ।"

ਸ਼ੈਲੇਸ਼ ਹੈਰਾਨ ਹੋ ਕੇ ਬੋਲਿਆ, "ਘਰ ਵਿੱਚ ਕੀ ਕੋਈ ਹੋਰ ਨੌਕਰ ਨਹੀਂ ਹੈ ?"

ਗੋਕੁਲ ਗਰਦਨ ਹਿਲਾਉਂਦੇ ਹੋਏ ਬੋਲਿਆ, "ਜੀ ਸਾਰੇ ਹਨ।"

"ਉਹ ਵੀ ਕਿਉਂ ਹਨ ? ਜਾਂ ਦੂਰ ਹੋ ਜਾ।" ਸ਼ੈਲੇਸ਼ ਨੇ ਖੁਦ ਹੀ ਬੂਟ ਉਤਾਰੇ, ਕੋਟ ਉਤਾਰ ਕੇ ਮੇਜ ਤੇ ਰੱਖ ਦਿੱਤਾ ਅਲਮਾਰੀ ਵਿੱਚੋਂ ਤੌਲੀਆ ਕੱਢਕੇ ਪੈਂਟ ਉਤਾਰ ਕੇ ਕੁਰਸੀ ਉਤੇ ਸੁੱਟ ਦਿੱਤੀ, ਜੋ ਕੁਰਸੀ ਉਤੇ ਨਾ ਡਿੱਗ ਕੇ ਹੇਠਾਂ ਡਿੱਗ ਪਈ, ਟਾਈ, ਕਾਲਰ ਆਦਿ ਏਧਰ-ਉਧਰ ਸੁੱਟ ਕੇ ਆਪਣੀ ਕੁਰਸੀ ਤੇ ਬੈਠਦੇ ਹੀ ਸਾਹਮਣੇ ਵਾਲੀ ਮੇਜ਼ ਉੱਤੇ ਇਕ ਛੋਟੀ ਜਿਹੀ ਕਾਪੀ ਉੱਤੇ ਉਸਦੀ ਨਜ਼ਰ ਪਈ। ਜਿਸ ਉੱਤੇ ਲਿਖਿਆ ਸੀ-ਘਰ ਖ਼ਰਚ ਦਾ ਹਿਸਾਬ। ਖੋਲ੍ਹ ਕੇ ਵੇਖਿਆ, ਸਾਫ-ਸਪਸ਼ਟ ਸ਼ਬਦ ਲਿਖੇ ਹੋਏ ਸੀ। ਰੋਜ਼ ਦੇ ਖਰਚੇ ਦਾ ਹਿਸਾਬ-ਏਨੀਂ ਮੱਛੀ, ਏਨ੍ਹੀਂ ਸਬਜ਼ੀ, ਏਨੇ ਚਾਵਲ, ਏਨੀਂ ਦਾਲ-ਅਚਾਨਕ ਦਰਵਾਜੇ ਤੋਂ ਪਰਦਾ ਹਟਿਆ ਚੌਂਕ ਕੇ ਵੇਖਿਆ ਇਕ ਔਰਤ ਅੰਦਰ ਆ ਰਹੀ ਹੈ। ਉਹ ਹੋਰ ਕੋਈ ਵੀ ਹੋਵੇ, ਦਾਸੀ ਨਹੀਂ ਹੋ ਸਕਦੀ, ਇਕ ਪੱਲ ਵਿੱਚ ਇਹ ਅਨੁਮਾਨ ਲਗਾ ਕੇ ਸ਼ੈਲੇਸ਼ ਕਾਪੀ ਨੂੰ ਵੇਖਣ ਲੱਗੇ। ਉਹ ਆਈ, ਪੈਰਾਂ ਦੇ ਕੋਲ ਸਿਰ ਰੱਖ ਕੇ ਪ੍ਰਣਾਮ ਕਰਦੇ ਹੋਏ ਬੋਲੀ, "ਤੁਸੀਂ ਕੀ ਇਸ ਸਮੇਂ ਚਾਹ ਪੀਓਂਗੇ ? ਤਾਂ ਫੇਰ ਖਿਚੜੀ ਨਹੀਂ ਖਾ ਸਕੋਂਗੇ।"

"ਖਿਚੜੀ ਨਹੀਂ ਖਾਵਾਂਗਾ।"

"ਨਾ ਖਾਣਾ, ਹੱਥ-ਮੂੰਹ ਧੋ ਕੇ ਉਤੇ ਚਲੋ। ਇਸ ਸਮੇਂ ਨਹਾਉਣ ਦੀ ਜ਼ਰੂਰਤ ਨਹੀਂ ਹੈ। ਮੈਂ ਨਾਸ਼ਤਾ ਤਿਆਰ ਕਰ ਦਿੱਤਾ ਹੈ, ਕੁਮੂਦਾ, ਸ਼ਰਬਤ ਬਣਾ ਰਹੀ ਹੈ। ਚਲੋ।"

"ਹਾਲੀ ਰਹਿਣ ਦਿਉ।"

"ਜੀ ਮੈਂ ਊਸ਼ਾ ਹਾਂ-ਸ਼ੇਰ ਭਾਲੂ ਨਹੀਂ। ਮੈਨੂੰ ਦੇਖਣ ਨਾਲ ਕੋਈ ਤੁਹਾਨੂੰ ਬੁਰਾ ਨਹੀਂ ਕਹੇਗਾ।"

ਸ਼ੈਲੇਸ਼ ਬੋਲਿਆ, "ਮੈਂ ਕਦੋਂ ਕਿਹਾ ਕਿ ਤੁਸੀਂ ਸ਼ੇਰ-ਭਾਲੂ ਹੋ ?"

"ਤਾਂ ਇਸ ਤਰ੍ਹਾਂ ਛਿਪਦੇ ਕਿਉਂ ਘੁੰਮ ਰਹੇ ਹੋ?"

"ਮੈਨੂੰ ਕੰਮ ਸੀ, ਤੁਸੀਂ ਵਿਭਾ ਨਾਲ ਝਗੜਾ ਕਿਉਂ ਕੀਤਾ ?"

ਊਸ਼ਾ ਬੋਲੀ, "ਇਹ ਗੱਲ ਤੁਸੀਂ ਖੁਦ ਬਣਾਈ ਹੈ। ਉਸਨੇ ਤੁਹਾਨੂੰ ਇਹ ਨਹੀਂ ਲਿਖਿਆ ਕਿ ਮੈਂ ਝਗੜਾ ਕੀਤਾ ਹੈ।"

ਸ਼ੈਲੇਸ਼ ਬੋਲੇ, "ਤੁਸੀਂ ਅਬਦੁਲ ਨੂੰ ਕਿਉਂ ਕੱਢਿਆ?"

"ਕਿਸ ਨੇ ਕਿਹਾ ਕਿ ਮੈਂ ਉਸ ਨੂੰ ਕੱਢ ਦਿੱਤਾ, ਉਸ ਨੂੰ ਇਕ ਸਾਲ ਤੋਂ ਤਨਖ਼ਾਹ ਨਹੀਂ ਸੀ ਮਿਲੀ, ਘਰ ਜਾਣ ਲਈ ਤੜਪ ਰਿਹਾ ਸੀ, ਮੈਂ ਤਨਖ਼ਾਹ ਦੇ ਕੇ ਕੁਝ ਦਿਨਾਂ ਦੀ ਛੁੱਟੀ ਦੇ ਦਿੱਤੀ।"

ਸ਼ੈਲੇਸ਼ ਹੈਰਾਨੀ ਨਾਲ ਬੋਲੇ, "ਸਾਰੀ ਤਨਖਾਹ ਦੇ

ਦਿੱਤੀ ? ਹੁਣ ਉਹ ਨਹੀਂ ਆਵੇਗਾ। ਗਿਰਧਾਰੀ ਕਿਉਂ ਗਿਆ ?"

ਊਸ਼ਾ ਬੋਲੀ, "ਇਹ ਤਾਂ ਧੱਕਾ ਹੈ। ਨੌਕਰਾਂ ਦੀ ਤਨਖਾਹ ਨਾ ਦੇ ਕੇ ਉਨ੍ਹਾਂ ਨੂੰ ਰੋਕ ਕੇ ਰੱਖਣਾ, ਕੀ ਉਹਨਾਂ ਦਾ ਘਰ ਬਾਰ ਨਹੀਂ ਹੈ ?"

"ਮੈਂ ਉਸ ਨੂੰ ਤਨਖਾਹ ਦੇ ਕੇ ਛੁੱਟੀ ਕਰ ਦਿੱਤੀ ।"

ਸ਼ੈਲੇਸ਼ ਬੋਲੇ, "ਬਹੁਤ ਚੰਗਾ ਕੀਤਾ। ਹੁਣ ਇਸ ਘਰ ਨੂੰ ਵਸ਼ਿਸ਼ਟ ਮੁਨੀ ਦਾ ਆਸ਼ਰਮ ਬਣਾ ਦਿਓ।" ਉਹ ਹਿਸਾਬ ਦੀ ਕਾਪੀ ਨੂੰ ਵੇਖਦੇ ਹੋਏ ਗੱਲ ਕਰ ਰਹੇ ਸੀ। ਅਚਾਨਕ ਇੱਕ ਵੱਡਾ ਆਂਕੜਾ ਵੇਖਕੇ ਉਹ ਹੈਰਾਨੀ ਨਾਲ ਬੋਲੇ, "ਇਹ ਕੀ ? ਚਾਰ ਸੌ ਰੁਪਏ—"

ਊਸ਼ਾ ਨੇ ਉੱਤਰ ਦਿੱਤਾ, "ਇਹ ਰੁਪਏ ਮੈਂ ਬਾਣੀਏ ਨੂੰ ਦਿੱਤੇ ਹਨ। ਹਾਲੀ ਵੀ ਸ਼ਾਇਦ ਦੋ ਸੌ ਹੋਰ ਬਾਕੀ ਹਨ, ਮੈਂ ਕਿਹਾ ਹੈ, ਅਗਲੇ ਮਹੀਨੇ ਦੇ ਦਿਆਂਗੇ।"

ਸ਼ੈਲੇਸ਼ ਹੈਰਾਨ ਹੋ ਕੇ ਬੋਲੇ, "ਛੇ ਸੌ ਬਾਣੀਏ ਨੂੰ?"

ਊਸ਼ਾ ਹੱਸ ਹੋ ਕੇ ਬੋਲੀ, "ਕਿਉਂ, ਹੋ ਨਹੀਂ ਸਕਦੇ ? ਕਦੇ ਦੇਣਾ ਹੀ ਨਹੀਂ, ਕਦੇ ਹਿਸਾਬ ਨਹੀਂ ਵੇਖੋਗੇ-ਸੌ ਦੋ ਸਾਲ ਵਿੱਚ ਇੰਨੇ ਰੁਪਏ ਹੋ ਗਏ।"

ਕੁਝ ਦੇਰ ਬਾਅਦ ਸ਼ੈਲੇਸ਼ ਨੇ ਗਰਦਨ ਚੁੱਕ ਕੇ

ਵੇਖਿਆ ਅਤੇ ਬੋਲੇ, "ਤਾਂ ਕੀ ਤੁਸੀਂ ਦੋ ਸਾਲ ਦਾ ਹਿਸਾਬ ਦੇਖਿਆ ?"

ਊਸ਼ਾ ਗਰਦਨ ਹਿਲਾਉਂਦੇ ਬੋਲੀ, "ਨਹੀਂ ਤਾਂ ਦੂਜਾ ਤਰੀਕਾ ਕੀ ਸੀ ?"

ਸ਼ੈਲੇਸ਼ ਚੁੱਪ ਬੈਠੇ ਰਹੇ, ਉਹਨਾਂ ਦੇ ਚਿਹਰੇ ਤੇ ਸ਼ਰਮ ਦੀ ਛਾਪ ਸੀ, ਇਹ ਗੱਲ ਸਿਰਫ ਪੰਜ ਮਿੰਟ ਦੀ ਪਛਾਣ ਦੇ ਬਾਅਦ ਵੀ ਊਸ਼ਾ ਪਹਿਚਾਣ ਗਈ, ਉਸਨੇ ਪੁੱਛਿਆ, "ਕੀ ਸੋਚ ਰਹੇ ਹੋ ?"

ਸ਼ੈਲੇਸ਼ ਨੇ ਹੱਸਣ ਦੀ ਕੋਸ਼ਿਸ਼ ਕਰਦੇ ਹੋਏ ਕਿਹਾ,"ਸੱਚ ਕਹਿ ਰਿਹਾ ਹਾਂ। ਰੁਪਏ ਤਾਂ ਤੁਸੀਂ ਸਾਰੇ ਖਰਚ ਕਰ ਦਿੱਤੇ, ਅਜੇ ਮਹੀਨਾ ਪੂਰਾ ਹੋਣ ਵਿੱਚ ਪੰਦਰਾਂ-ਸੋਲਾਂ ਦਿਨ ਬਾਕੀ ਹਨ।"

ਊਸ਼ਾ ਨੇ ਸਿਰ ਹਿਲਾਉਦੇ ਹੋ ਕਿਹਾ, "ਤਾਂ ਕੀ ਮੈਂ ਬੱਚੀ ਹਾਂ, ਏਨਾ ਹਿਸਾਬ ਮੈਨੂੰ ਨਹੀਂ ਪਤਾ ? ਪੰਦਰਾਂ ਦਿਨ ਕਿਉਂ, ਇਕ ਮਹੀਨੇ ਤੋਂ ਪਹਿਲਾਂ ਤੁਹਾਡੇ ਤੋਂ ਰੁਪਏ ਨਹੀਂ ਮੰਗਾਂਗੀ। ਪਰ ਤੁਸੀਂ ਇਹ ਕੀ ਕਰ ਰੱਖਿਆ ਹੈ ਦੱਸੋ ਤਾਂ ? ਗਵਾਲਾ ਕਹਿ ਰਿਹਾ ਸੀ, ਉਸਦੇ ਡੇਢ ਸੌ ਰੁਪਏ ਦੇਣੇ ਹਨ, ਧੋਬੀ ਦੇ ਪੰਜਾਹ ਤੋਂ ਵੀ ਜ਼ਿਆਦਾ ਦੇਣੇ ਹਨ, ਹੋਰ ਦਰਜੀ ਦਾ ਤਾਂ ਪਤਾ ਹੀ ਨਹੀਂ, ਮੈਂ ਉਸ ਨੂੰ ਹਿਸਾਬ ਭਿਜਵਾਉਣ ਲਈ ਕਿਹਾ ਹੈ।"

ਸ਼ੈਲੇਸ਼ ਡਰਦੇ ਹੋਏ ਬੋਲੇ, "ਇਹ ਕੀ ਕੀਤਾ ? ਉਹ ਕਹੇਗਾ ਕਿ ਉਸ ਦੇ ਹਜ਼ਾਰ ਰੁਪਏ ਬਾਕੀ ਹਨ—ਪਰ ਦੇਵੇਂਗੀ ਕਿੱਥੋਂ ?"

ਊਸ਼ਾ ਨਿਸ਼ਚਿੰਤਤਾ ਦੇ ਭਾਵ ਨਾਲ ਬੋਲੀ, "ਇਕੱਠੇ ਦੇ ਦੇਵਾਂਗੀ, ਇੰਜ ਨਹੀਂ ਕਿਹਾ, ਤਿੰਨ-ਚਾਰ ਮਹੀਨੇ ਵਿੱਚ ਦੇ ਦੇਵਾਂਗੀ। ਹੋਰ ਕਿਸੇ ਦਾ ਕੋਈ ਉਧਾਰ ਤਾਂ ਨਹੀਂ ਹੈ ? ਮੈਥੋਂ ਨਾ ਛਿਪਾਉਣਾ।"

ਸ਼ੈਲੇਸ਼ ਉਸਦੇ ਚਿਹਰੇ ਤੇ ਆਪਣੀ ਨਜ਼ਰ ਟਿਕਾ ਕੇ ਬੋਲੇ, "ਪਿਛਲੇ ਸਾਲ ਛੁੱਟੀਆਂ ਵਿੱਚ ਸ਼ਿਮਲੇ ਜਾਣ ਲਈ ਇਕ ਬੰਦੇ ਤੋਂ ਦੋ ਹਜ਼ਾਰ ਰੁਪਏ ਉਧਾਰ ਲਏ ਸੀ, ਬਿਆਜ ਦਾ ਇਕ ਰੁਪਿਆ ਤੱਕ ਨਹੀਂ ਦੇ ਸਕਿਆ।"

ਊਸ਼ਾ ਆਪਣੇ ਮੂੰਹ ਉੱਤੇ ਹੱਥ ਰੱਖਕੇ ਬੋਲੀ, "ਕੀ ਕਿਹਾ !" ਅਗਲੇ ਹੀ ਪਲ ਹੱਸ ਕੇ ਬੋਲੀ, "ਤੁਸੀ ਮੈਨੂੰ ਇਕ ਸਾਲ ਤੋਂ ਪਹਿਲਾਂ ਕਰਜ਼ ਮੁਕਤ ਨਹੀਂ ਹੋਣ ਦਿਉਂਗੇ। ਪਰ ਹੋਰ ਕੁੱਝ ਤਾਂ ਨਹੀਂ ਹੈ ਨਾ ?"

ਸ਼ੈਲੇਸ਼ ਬੋਲੇ, "ਸ਼ਾਇਦ ਨਹੀਂ । ਥੋੜਾ ਬਹੁਤ ਹੋ ਵੀ ਸਕਦਾ ਹੈ, ਪਰ ਮੈਂ ਤਾਂ ਸੋਚ ਰਿਹਾ ਹਾਂ, ਇਸ ਜਨਮ ਵਿੱਚ ਮੈਂ ਨਹੀਂ ਮੋੜ ਸਕਦਾ।"

ਊਸ਼ਾ ਬੋਲੀ, "ਕੀ ਤੁਸੀ ਸੱਚਮੁੱਚ ਸੋਚਦੇ ਹੋ ?"

ਸ਼ੈਲੇਸ਼ ਬੋਲੇ, "ਹੋਰ ਕੀ ? ਕਿੰਨੀ ਵਾਰ ਅੱਧੀ ਰਾਤ ਨੂੰ ਉਠਕੇ ਬੈਠਾ ਹਾਂ, ਤਨਖਾਹ ਨਾਲ ਪੂਰਾ ਨਹੀਂ ਪੈਂਦਾ, ਹਰ ਮਹੀਨੇ ਖਿੱਚ ਧੂਹ ਚਲਦੀ ਹੈ, ਪਰ ਤੁਸੀਂ ਮੈਨੂੰ ਪਰਚਾਉਣ ਦੀ ਕੋਸ਼ਿਸ਼ ਨਾ ਕਰੋ। ਸੱਚ, ਕੀ ਤੁਸੀਂ ਸਮਝਦੇ ਹੋ ਕਿ ਸਾਰੇ ਉਧਾਰ ਚੁਕਾ ਦੇਵੇਂਗੀ।"

ਊਸ਼ਾ ਦੀਆਂ ਅੱਖਾਂ ਅਚਾਨਕ ਗਿੱਲੀਆਂ ਹੋ ਗਈਆਂ। ਸਿਰਫ ਅੱਧੇ ਘੰਟੇ ਪਹਿਲਾਂ ਤੱਕ ਜਿਸ ਪਤੀ ਨੂੰ ਉਹ ਜਾਣਦੀ ਤੱਕ ਨਹੀਂ ਸੀ, ਉਸੇ ਦੇ ਲਈ ਦਿਲ ਵਿੱਚ ਦਰਦ ਮਹਿਸੂਸ ਹੋਇਆ। ਪਰ ਹੱਸ ਕੇ ਬੋਲੀ, "ਤੂੰ ਵੀ ਨਾ ! ਏਨੀ ਉਧਾਰੀ ਕੀਤੀ ਹੈ, ਉਤਾਰਨੀ ਵੀ ਤਾਂ ਹੈ। ਪਰ, ਏਨੇ ਸਾਰੇ ਰੁਪਏ ਉਤਾਰਨ ਵਿੱਚ ਮੈਨੂੰ ਕਿੰਨੇ ਦਿਨ ਲੱਗਣਗੇ।"

"ਸਾਰਿਆਂ ਨੂੰ ਬਹੁਤ ਦੁੱਖ ਹੋਵੇਗਾ।"

ਊਸ਼ਾ ਜ਼ੋਰ ਦੇ ਕੇ ਬੋਲੀ, "ਕੁੱਝ ਨਹੀਂ ਹੋਵੇਗਾ, ਤੈਨੂੰ ਪਤਾ ਹੀ ਨਹੀਂ ਚੱਲੇਗਾ ਕਿ ਉਥੇ ਕੀ ਬਦਲਾਓ ਹੋਇਆ।"

ਸ਼ੈਲੇਸ਼ ਸਥਿਰ ਬੈਠੇ ਰਹੇ। ਉਹਨਾਂ ਨੂੰ ਮਹਿਸੂਸ ਹੋਣ ਲੱਗਾ ਜਿਵੇਂ ਬਹੁਤ ਦਿਨਾਂ ਦੇ ਬੱਦਲ ਖਿੱਲਰ ਕੇ ਧੁੱਪ ਦੀ ਕਿਰਨ ਉਸਦੇ ਸਰੀਰ ਨਾਲ ਟਕਰਾ ਰਹੀ ਹੈ।

5

ਬਹੁਤ ਸਾਰੇ ਲਿਫਾਫੇ ਅਤੇ ਪੋਸਟਕਾਰਡ ਇਕੱਠੇ ਹੋ ਗਏ ਸਨ, ਉਹਨਾਂ ਨੂੰ ਪੜਕੇ ਉਤਰ ਦੇਣ ਵਿੱਚ, ਅਖਬਾਰ ਖੋਲ੍ਹਕੇ ਦੇਖਣ ਵਿੱਚ ਅਤੇ ਇਸ ਤਰ੍ਹਾਂ ਦੇ ਛੋਟੇ-ਮੋਟੇ ਕੰਮਾਂ ਵਿੱਚ ਸ਼ੈਲੇਸ਼ ਨੇ ਸ਼ਾਮ ਬਤੀਤ ਕਰ ਦਿੱਤੀ। ਕੰਮ ਵਿੱਚ ਡੁੱਬੇ ਉਹਨਾਂ ਦੇ ਚਿਹਰੇ ਨੂੰ ਜੇਕਰ ਪਰਦੇ ਦੇ ਪਿੱਛੋਂ ਦੀ ਕੋਈ ਅਨਾੜੀ ਬੰਦਾ ਵੇਖਦਾ ਤਾਂ ਉਸਦੀ ਕਰਤੱਵ ਪਾਲਣਾ ਪ੍ਰਤੀ ਸ਼ਰਧਾ ਹੋ ਜਾਂਦੀ। ਅਧਿਆਪਕ ਦੇ ਵਿਰੁੱਧ ਸ਼ਰਧਾ ਦੀ ਹਾਨੀ ਕਰਨਾ ਇਸ ਕਹਾਣੀ ਦੀ ਜ਼ਰੂਰਤ ਨਹੀਂ ਹੈ। ਇਥੇ ਏਨਾਂ ਦੱਸ ਦੇਣਾ ਕਾਫੀ ਹੈ ਕਿ ਉਹ ਅਧਿਆਪਕ ਹੈ ਇਸ ਲਈ ਧੋਖਾ ਕਰਨ ਤੋਂ ਉਸ ਨੂੰ ਕੋਈ ਹਟਾ ਦੇਵੇਗਾ, ਇਹ ਉਮੀਦ ਬੇਕਾਰ ਹੈ। ਆਪਣਾ ਕੰਮ ਖ਼ਤਮ ਕਰਕੇ ਸ਼ੈਲੇਸ਼ ਨੇ ਖੁਦ ਸਿਵਚ ਦਬ਼ਾ ਕੇ ਬੱਤੀ ਬਾਲੀ ਤੇ ਇਕ ਮੋਟੀ ਜਿਹੀ ਦਰਸ਼ਨ ਸ਼ਾਸਤ੍ਰ ਦੀ ਕ੍ਰਿਤਾਬ ਚੁੱਕ ਕੇ ਪੜ੍ਹਨ ਲੱਗੇ। ਜਿਵੇਂ ਉਹਨਾਂ ਕੋਲ ਇਕ ਪਲ ਦਾ ਵੀ ਫਾਲਤੂ ਸਮਾਂ ਨਹੀਂ ਹੈ, ਜਦਕਿ ਸ਼ਾਮ ਦੇ ਬਾਅਦ ਇਹੋ ਜਿਹਾ ਕੰਮ ਕਰਦੇ ਉਹਨਾਂ ਨੂੰ ਪਹਿਲਾਂ ਕਿਸੇ ਨੇ ਨਹੀਂ ਵੇਖਿਆ।

ਇਸ ਤਰ੍ਹਾਂ ਜਦੋਂ ਉਹ ਪੜ੍ਹਨ ਵਿੱਚ ਮਗਨ ਸੀ, ਬਾਹਰ ਪਰਦੇ ਦੀ ਓਹਲਿਓਂ ਕੁਮੁਦਾ ਨੇ ਕਿਹਾ,

"ਬਾਬੂ ਜੀ, ਮਾਂ ਨੇ ਕਿਹਾ ਹੈ ਤੁਹਾਡਾ ਖਾਣਾ ਤਿਆਰ ਹੈ, ਆ ਜਾਓ।"

ਸ਼ੈਲੇਸ਼ ਨੇ ਘੜੀ ਵੱਲ ਦੇਖਕੇ ਕਿਹਾ, "ਅਜੇ ਮੇਰਾ ਖਾਣ ਦਾ ਸਮਾਂ ਨਹੀਂ ਹੋਇਆ ਹੈ, ਅਜੇ ਪੰਜਾਹ ਮਿੰਟ ਹਨ।"

ਕੁਮੁਦਾ ਨੇ ਪੁੱਛਿਆ, "ਤਾਂ ਖਾਣਾ ਚੁੱਕ ਕੇ ਰੱਖਣ ਲਈ ਕਹਿ ਦਿਆਂ ?"

ਸ਼ੈਲੇਸ਼ ਬੋਲਿਆ, "ਹਾਂ ਚੁੱਕ ਕੇ ਰੱਖਣਾ ਹੀ ਠੀਕ ਹੈ। ਅਬਦੁੱਲ ਦੇ ਨਾ ਹੋਣ ਦੇ ਕਾਰਣ ਏਨੀਂ ਗੜਬੜ ਹੋ ਰਹੀ ਹੈ।" ਦਾਸੀ ਬਿਨਾਂ ਕੁੱਝ ਕਹੇ ਜਾਣ ਲਗੀ, ਸ਼ੈਲੇਸ਼ ਨੇ ਕਿਹਾ, "ਹੁਣ ਸਭ ਚੁੱਕ ਕੇ ਰੱਖਣਾ ਵੀ ਮੁਸੀਬਤ ਹੈ, ਚੰਗਾ, ਕਹਿ ਦਿਓ ਮੈਂ ਆ ਰਿਹਾ ਹਾਂ।"

ਅੱਜ ਖਾਣੇ ਦਾ ਇੰਤਜ਼ਾਮ ਰਸੋਈ ਘਰ ਵਿੱਚ ਮੇਜ਼ ਕੁਰਸੀ ਉੱਤੇ ਨਹੀਂ ਸੀ, ਉਹਨਾਂ ਨੇ ਉਪਰ ਆ ਕੇ ਵੇਖਿਆ, ਉਹਨਾਂ ਦੇ ਸੌਣ ਵਾਲੇ ਕਮਰੇ ਦੇ ਸਾਹਮਣੇ ਬਰਾਂਡੇ ਵਿੱਚ ਚਟਾਈ ਵਿਛਾ ਕੇ ਦੇਸੀ ਢੰਗ ਨਾਲ ਖਾਣ ਦਾ ਪ੍ਰਬੰਧ ਕੀਤਾ ਗਿਆ ਹੈ। ਪੁਰਾਣੀਆਂ ਪਲੇਟਾਂ, ਗਿਲਾਸ, ਕਟੋਰੀਆਂ ਕੱਢ ਕੇ ਮਾਂਜ-ਧੋ ਕੇ ਰੱਖੀਆਂ ਗਈਆਂ ਹਨ-ਥਾਲੀ ਦੇ ਤਿੰਨ ਪਾਸੇ ਕੌਲੀਆਂ ਵਿੱਚ ਖਾਣਾ ਸਜਿਆ ਹੋਇਆ ਸੀ, ਨੇੜੇ ਹੀ ਜ਼ਮੀਨ ਤੇ ਊਸ਼ਾ ਬੈਠੀ ਸੀ ਅਤੇ ਉਸਦੇ ਨਾਲ

ਹੀ ਸੋਮੇਨ ਬੈਠਾ ਸੀ। ਸ਼ੈਲੇਸ਼ ਚਟਾਈ ਉੱਤੇ ਬੈਠਦੇ ਹੋਏ ਬੋਲੇ, "ਤੁਸੀਂ ਤਾਂ ਮੇਰੇ ਨਾਲ ਨਹੀਂ ਖਾ ਸਕਦੀ, ਮੈਂ ਜਾਣਦਾ ਹਾਂ, ਮਗਰ ਸੋਮੇਨ ? ਉਹ ਵੀ ਨਹੀਂ ਖਾ ਸਕਦਾ ਕੀ ?"

ਇਸਦਾ ਉੱਤਰ ਬੇਟੇ ਨੇ ਹੀ ਦਿੱਤਾ, "ਮੈਂ ਰੋਜ਼ ਮਾਂ ਦੇ ਨਾਲ ਖਾਊਂਗਾ।"

ਸ਼ੈਲੇਸ਼ ਨੇ ਖਾਣੇ ਵੱਲ ਵੇਖਦੇ ਹੋਏ ਕਿਹਾ, "ਏਨਾ ਸਭ ਕੁੱਝ ਕਿਸ ਨੇ ਬਣਾਇਆ, ਤੁਸੀਂ ?"

ਊਸ਼ਾ ਬੋਲੀ, "ਹਾਂ।"

ਸ਼ੈਲੇਸ਼ ਬੋਲੇ, "ਮਹਾਰਾਜ ਜੀ ਨਹੀਂ ਹੈ ਸ਼ਾਇਦ। ਜਿੱਥੋ ਤੱਕ ਮੈਨੂੰ ਯਾਦ ਹੈ, ਉਸਦੀ ਤਨਖਾਹ ਮੈਂ ਪੂਰੀ ਦੇ ਦਿੱਤੀ ਸੀ-ਤਾਂ ਕੀ ਉਸ ਨੂੰ ਅਗਲੇ ਸਾਲ ਦੀ ਤਨਖਾਹ ਦੇ ਕੇ ਵਿਦਾ ਕੀਤਾ ਹੈ ?"

ਊਸ਼ਾ ਆਪਣਾ ਹਾਸਾ ਛਿਪਾਉਂਦੇ ਹੋਏ ਬੋਲੀ, "ਜ਼ਰੂਰਤ ਪੈਣ ਤੇ ਤਨਖਾਹ ਪਹਿਲਾਂ ਵੀ ਦੇਣੀ ਪੈਂਦੀ ਹੈ, ਸਿਰਫ ਬਾਕੀ ਰੱਖਣ ਨਾਲ ਕੰਮ ਨਹੀਂ ਚੱਲਦਾ। ਪਰ ਮਹਾਰਾਜ ਇਥੇ ਹੀ ਹੈ, ਬੁਲਾਵਾਂ ਕੀ ?"

ਸ਼ੈਲੇਸ਼ ਛੇਤੀ ਨਾਲ ਸਿਰ ਹਿਲਾਉਂਦੇ ਹੋਏ ਬੋਲੇ, "ਨਹੀਂ, ਰਹਿਣ ਦਿਓ । ਉਸ ਨੂੰ ਦੇਖੇ ਬਿਨਾਂ ਮੈਂ ਮਰ ਨਹੀਂ ਰਿਹਾ ਹਾਂ, ਉਸ ਨੂੰ ਵੀ ਕਦੇ-ਕਦੇ ਖਾਣਾ ਬਣਾਉਣ ਦੇਣਾ, ਨਹੀਂ ਤਾਂ ਜੋ ਸਿੱਖਿਆ ਹੈ ਵਿਚਾਰਾ ਭੁੱਲ ਜਾਵੇਗਾ।"

ਖਾਣਾ ਖਾਣ ਬੈਠੇ ਸ਼ੈਲੇਸ਼ ਨੂੰ ਏਨਾਂ ਚੰਗਾ ਲੱਗਿਆ ਉਹੀ ਜਾਣਦਾ ਹੈ। ਮਾਂ ਜਦੋਂ ਜੀਉਂਦੀ ਸੀ-ਅਚਾਨਕ ਉਦੋਂ ਦੀ ਯਾਦ ਆ ਗਈ। ਨਾਲ ਵਾਲੀ ਕਟੋਰੀ ਆਪਣੇ ਵੱਲ ਖਿੱਚ ਕੇ ਬੋਲੇ, "ਵਾਹ ਕਿੰਨੀ ਖੁਸ਼ਬੂ ਹੈ। ਗੋਸਾਈਂ ਮੀਟ ਨਹੀਂ ਖਾਂਦੇ, ਉਹ ਕਟੱਹਲ ਦੀ ਸਬਜ਼ੀ ਵਿੱਚ ਗਰਮ ਮਸਾਲਾ ਪਾ ਕੇ ਉਸੇ ਨੂੰ 'ਪੇੜ-ਬਕਰਾ' ਕਹਿ ਕੇ ਖਾਂਦੇ ਹਨ। ਮੇਰਾ ਸੁਆਦ ਓਨਾ ਉੱਚਾ ਨਹੀਂ ਹੈ, ਇਸ ਲਈ ਇਹ ਸਭ ਠੀਕ ਹੈ 'ਪੇੜ-ਬਕਰਾ' ਨਹੀਂ।"

ਊਸ਼ਾ ਖਿੜਖਿੜਾ ਕੇ ਹੱਸਣ ਲੱਗੀ। ਸੋਮੇਨ ਨੂੰ ਹਾਸੇ ਦਾ ਕਾਰਣ ਸਮਝ ਨਹੀਂ ਆਇਆ, ਉਹ ਮਾਂ ਦੀ ਗੋਦ ਵਿੱਚ ਬੈਠ ਕੇ ਉਸ ਨੂੰ ਪੁੱਛਣ ਲੱਗਾ, "ਪੇੜ-ਬਕਰਾ ਕੀ ਹੈ ਮਾਂ ?"

ਊਸ਼ਾ ਨੇ ਬੇਟੇ ਨੂੰ ਆਪਣੇ ਹੋਰ ਨੇੜੇ ਖਿੱਚ ਕੇ ਪਤੀ ਨੂੰ ਕਿਹਾ, "ਖਾ ਕੇ ਵੇਖ ਲਵੋ।"

ਸ਼ੈਲੇਸ਼ ਨੇ ਇਕ ਟੁਕੜਾ ਮੀਟ ਦਾ ਮੂੰਹ ਵਿੱਚ ਪਾ ਕੇ ਕਿਹਾ, "ਓਏ ਇਹ ਤਾਂ ਚਾਰ ਪੈਰ ਵਾਲਾ ਬਕਰਾ ਹੀ ਹੈ। ਬਹੁਤ ਸੁਆਦ ਬਣਿਆ ਹੈ, ਪਰ ਤੁਸੀਂ ਇਹ ਸਭ ਕਿੱਥੋਂ ਸਿੱਖਿਆ ?"

ਊਸ਼ਾ ਦਾ ਚਿਹਰਾ ਚਮਕਣ ਲੱਗਾ, ਬੋਲੀ, "ਖਾਣਾ ਪਕਾਉਣਾ ਕੀ ਤੁਹਾਡੇ ਅਬਦੁੱਲ ਨੂੰ ਹੀ ਆਉਂਦਾ ਹੈ ? ਮੇਰੇ ਪਿਤਾ ਸਿੱਧੇਸ਼ਵਰੀ ਕਾਲੀ ਦੀ

ਸੇਵਾ ਵਿੱਚ ਸਨ, ਤੁਸੀਂ ਕੀ ਸੋਚਦੇ ਹੋ ਮੈਂ ਗੋਸਾਈਆਂ ਦੇ ਘਰੋਂ ਆਈ ਹਾਂ ?"

ਸ਼ੈਲੇਸ਼ ਬੋਲੇ, "ਇਹ ਖਾਣ ਮਗਰੋਂ ਕਿਸ ਦੀ ਹਿੰਮਤ ਹੈ ਜੋ ਇੰਜ ਕਹੇ। ਪਰ ਮੇਰੇ ਕੋਲ ਤਾਂ ਸਿਧੇਸ਼ਵਰੀ ਨਹੀਂ ਹੈ, ਕੀ ਇਹ ਰੋਜ਼ ਮਿਲੇਗਾ ?"

ਊਸ਼ਾ ਬੋਲੀ, "ਕਿਉਂ ਨਹੀਂ ਮਿਲੇਗਾ, ਬੋਲੋ ?"

ਸ਼ੈਲੇਸ਼ ਬੋਲੇ, "ਅਬਦੁਲ ਦਾ ਸ਼ੌਕ ਤਾਂ ਮੈਂ ਭੁਲਾਉਣ ਦੀ ਕੋਸ਼ਿਸ਼ ਕਰ ਰਿਹਾ ਹਾਂ ? ਉਧਾਰੀ-"

ਊਸ਼ਾ ਗੁੱਸੇ ਵਿੱਚ ਬੋਲੀ, "ਕੀ ਮੈਂ ਤੁਹਾਨੂੰ ਇਹ ਕਿਹਾ ਹੈ ਕਿ ਮੈਂ ਆਪਣੇ ਪਤੀ ਅਤੇ ਪੁੱਤਰ ਨੂੰ ਭੋਜਨ ਨਾ ਦੇ ਕੇ ਉਧਾਰੀ ਉਤਾਰਾਂਗੀ ? ਉਧਾਰੀ ਦੀ ਗੱਲ ਹੁਣ ਤੁਸੀਂ ਕਦੇ ਨਾ ਕਰਨਾ।"

ਸ਼ੈਲੇਸ਼ ਬੋਲੇ, "ਤੁਹਾਨੂੰ ਦੱਸਣਾ ਨਹੀਂ ਪਏਗਾ, ਉਧਾਰੀ ਦੀ ਗੱਲ ਜ਼ੁਬਾਨ ਤੇ ਲਿਆਉਣਾ ਮੇਰਾ ਸੁਭਾਅ ਵੀ ਨਹੀਂ ਹੈ, ਮਗਰ—"

ਊਸ਼ਾ ਬੋਲੀ, "ਇਸ ਵਿੱਚ ਪਰ ਵਾਲੀ ਕੋਈ ਗੱਲ ਨਹੀਂ ਹੈ। ਖਾਣ ਦੇ ਲਈ ਉਧਾਰੀ ਨਹੀਂ।"

"ਕਿਸਲਈ ਹੋਈ, ਮੈਂ ਨਹੀਂ ਜਾਣਦਾ ਊਸ਼ਾ-"

ਊਸ਼ਾ ਨੇ ਉਤਰ ਦਿੱਤਾ, "ਤੈਨੂੰ ਜਾਣਨ ਦੀ ਜ਼ਰੂਰਤ ਵੀ ਨਹੀਂ ਹੈ, ਬਸ ਇੰਨੀ ਕਿਰਪਾ ਕਰਨਾ ਕਿ ਪਾਗਲ ਕਹਿ ਕੇ ਘਰੋਂ ਨਾ ਕੱਢ ਦੇਣਾ।"

ਸ਼ੈਲੇਸ਼ ਚੁੱਪਚਾਪ ਸਿਰ ਝੁਕਾ ਕੇ ਖਾਣਾ ਖਾਣ ਲੱਗੇ।

ਸੋਮੇਨ ਬੋਲਿਆ, "ਚਲੋ ਮਾਂ ਭੋਜਨ ਖਾਂਦੇ ਹਾਂ। ਕੱਲ ਵਾਲੀ ਉਹ ਕਹਾਣੀ ਅੱਜ ਪੂਰੀ ਕਰਨੀ ਹੈ। ਜਟਾਈ ਦੇ ਬੇਟੇ ਨੇ ਫੇਰ ਕੀ ਕੀਤਾ ਮਾਂ ?"

ਸ਼ੈਲੇਸ਼ ਨੇ ਸਿਰ ਚੁੱਕ ਕੇ ਕਿਹਾ, "ਜਟਾਈ ਦਾ ਬੇਟਾ ਕੁੱਝ ਵੀ ਕਰੇ, ਪਰ ਇਸ ਮੁੰਡੇ ਨੇ ਤਾਂ ਤੈਨੂੰ ਬਿਲਕੁਲ ਹੀ ਫੜ ਲਿਆ ਹੈ।"

ਊਸ਼ਾ ਬੇਟੇ ਦੇ ਸਿਰ ਉੱਤੇ ਹੱਥ ਫੇਰਦੀ ਹੋਈ ਚੁੱਪ ਰਹੀ।

ਸ਼ੈਲੇਸ਼ ਬੋਲੇ, "ਇਸ ਦਾ ਕਾਰਣ ਕੀ ਹੈ ਜਾਣਦੀ ਏਂ ?"

ਊਸ਼ਾ ਬੋਲੀ, "ਕਾਰਣ ਹੋਰ ਕੀ ਹੋਵੇਗਾ । ਮਾਂ ਨਹੀਂ ਹੈ, ਬੱਚਾ ਇੱਕਲਾ।"

"ਹਾਂ, ਇਹ ਵੀ ਠੀਕ ਹੈ, ਪਰ ਮਾਂ ਦੇ ਹੁੰਦੇ ਹੋਏ ਵੀ ਸ਼ਾਇਦ ਏਨਾਂ ਪਿਆਰ ਉਸ ਨੂੰ ਕਦੇ ਨਹੀਂ ਮਿਲਿਆ।"

ਊਸ਼ਾ ਦਾ ਚਿਹਰਾ ਲਾਲ ਹੋ ਗਿਆ। ਬੋਲੀ, "ਤੁਸੀ ਵੀ। ਥੋੜ੍ਹਾ ਜਿਹਾ ਮੀਟ ਹੋਰ ਲਿਆਉਣ ਨੂੰ ਕਹਿ ਦਿਆਂ ? ਠੀਕ ਹੈ, ਖਾਓ, ਮੇਰੇ ਸਿਰ ਦੀ ਸਹੁੰ ਮਿਠਾਈ ਦਾ ਛੱਡਣਾ। ਸਾਰਾ ਦਿਨ ਬੀਤ ਗਿਆ, ਹੁਣ ਖਾਣ ਬੈਠੇ ਹੋ, ਯਾਦ ਰੱਖਣਾ।"

ਸ਼ੈਲੇਸ਼ ਹੈਰਾਨ ਹੋ ਕੇ ਊਸ਼ਾ ਨੂੰ ਵੇਖਣ ਲੱਗੇ। ਭੋਜਨ ਦੇ ਲਈ ਏਨਾ ਕਹਿਣਾ, ਇਸ ਤਰ੍ਹਾਂ ਆਪਣੀ ਸਹੁੰ ਦੇਣਾ-ਬਹੁਤ ਦਿਨਾਂ ਬਾਅਦ ਬਚਪਨ ਦਾ ਸੁਣਿਆ ਉਹ ਗੀਤ ਉਹਨਾਂ ਦੇ ਕੰਨਾਂ ਵਿੱਚ ਵੱਜਣ ਲੱਗਾ। ਉਹ ਖੁਦ ਵੀ ਮਾਂ ਦਾ ਇਕਲੌਤਾ ਪੁੱਤਰ ਸੀ-ਅਚਾਨਕ ਉਹ ਗੱਲ ਯਾਦ ਕਰਕੇ ਉਹਨਾਂ ਦੇ ਦਿਲ ਵਿੱਚ ਗੜਗੜਾਹਟ ਹੋਈ। ਮਿਠਾਈ ਛੱਡਕੇ ਉਠਣ ਦੀ ਸ਼ਕਤੀ ਹੀ ਨਹੀਂ ਰਹੀ। ਮਿਠਾਈ ਮੂੰਹ ਵਿੱਚ ਰੱਖ ਕੇ ਹੌਲੀ ਜਿਹੇ ਬੋਲੇ, "ਕਿਸੇ ਵੀ ਚੀਜ਼ ਦਾ ਕੋਈ ਹਿਸਾਬ ਮੈਂ ਨਹੀਂ ਰੱਖਾਂਗਾ ਊਸ਼ਾ ਇਹ ਜ਼ਿੰਮੇ ਵਾਰੀ ਤੁਹਾਨੂੰ ਦੇਕੇ ਮੈਂ ਨਿਸ਼ਚਿਤ ਹੋਣਾ ਚਾਹੁੰਦਾ ਹਾਂ।" ਇਹ ਕਹਿ ਕੇ ਉਹ ਉਠ ਖੜੇ ਹੋਏ।

6

ਇਕ ਹਫਤਾ ਕਿਵੇਂ ਬੀਤ ਗਿਆ, ਫੇਰ ਦੁਬਾਰਾ ਐਤਵਾਰ ਆ ਗਿਆ, ਸ਼ੈਲੇਸ਼ ਨੂੰ ਪਤਾ ਹੀ ਨਹੀਂ ਚੱਲਿਆ। ਸਵੇਰੇ ਉਠਦੇ ਹੀ ਊਸ਼ਾ ਬੋਲੀ, "ਮੈਂ ਤੁਹਾਨੂੰ ਰੋਜ਼ ਕਹਿ ਰਹੀ ਹਾਂ, ਮੇਰੀ ਗੱਲ ਨਹੀਂ ਸੁਣਦੇ-ਅੱਜ ਨਣਦ ਜੀ ਦੇ ਘਰ ਜਾਓ। ਉਹ ਕੀ ਸੋਚ ਰਹੀ ਹੋਵੇਗੀ ? ਤੁਸੀਂ ਕੀ ਸੱਚਮੁੱਚ ਮੇਰੇ ਨਾਲ ਉਹਨਾਂ ਦਾ ਝਗੜਾ ਕਰਾਉਂਗੇ ?"

ਸ਼ੈਲੇਸ਼ ਮਨ ਹੀ ਮਨ ਸ਼ਰਮਾਉਂਦੇ ਹੋਏ ਬੋਲੇ, "ਕਾਲਜ ਦਾ ਏਨਾ ਕੰਮ ਹੈ ਕਿ-"

ਊਸ਼ਾ ਬੋਲੀ, "ਜਾਣਦੀ ਹਾਂ, ਕਾਲਜ ਤੋਂ ਮੁੜਦੇ ਸਮੇਂ ਵੀ ਜਾ ਸਕਦੇ ਸੀ।"

"ਪਰ ਕਿੰਨਾ ਥੱਕ ਕੇ ਮੁੜਦਾ ਹਾਂ, ਇਹ ਨਹੀਂ ਜਾਣਦੀ, ਤੁਹਾਨੂੰ ਮੁੰਡਿਆਂ ਨੂੰ ਪੜਾਉਣਾ ਪੈਂਦਾ ਤਾਂ ਪਤਾ ਚਲਦਾ।"

ਊਸ਼ਾ ਨੂੰ ਹਾਸਾ ਆ ਗਿਆ, ਬੋਲੀ, "ਤੁਹਾਡੇ ਪੈਰ ਪੈਂਦੀ ਹਾਂ, ਅੱਜ ਉਥੇ ਚਲੇ ਜਾਓ। ਐਤਵਾਰ ਨੂੰ ਵੀ ਮੁੰਡਿਆਂ ਨੂੰ ਪੜ੍ਹਾਉਣ ਦਾ ਬਹਾਨਾ ਕਰੋਗੇ ਤਾਂ ਵਿਭਾ ਇਸ ਜਨਮ ਵਿੱਚ ਤੁਹਾਡਾ ਚਿਹਰਾ ਵੀ ਨਹੀਂ ਵੇਖੇਗੀ।" ਇਹ ਕਹਿ ਕੇ ਉਸਨੇ ਡਰਾਈਵਰ ਨੂੰ ਬੁਲਾ ਕੇ ਗੱਡੀ ਤਿਆਰ ਕਰਨ ਦਾ ਹੁਕਮ ਦਿੰਦੇ ਹੋਏ ਕਿਹਾ, "ਬਾਬੂ ਨੂੰ ਸ਼ਾਮ ਬਜ਼ਾਰ ਛੱਡਕੇ ਤੁਸੀਂ ਆ ਜਾਣਾ। ਮੈਨੂੰ ਕੁਝ ਕੰਮ ਹੈ।"

ਜਾਂਦੇ ਸਮੇਂ ਸ਼ੈਲੇਸ਼ ਨੇ ਬੇਟੇ ਨੂੰ ਨਾਲ ਲੈ ਜਾਣਾ ਚਾਹਿਆ, ਪਰ ਉਹ ਆਪਣੀ ਮਾਂ ਦੇ ਨੇੜੇ ਜਾ ਕੇ ਮੂੰਹ ਬਣਾ ਕੇ ਖੜ੍ਹਾ ਹੋ ਗਿਆ। ਭੂਆ ਦੇ ਕੋਲ ਜਾਣਾ ਉਸ ਨੂੰ ਕਦੇ ਵੀ ਚੰਗਾ ਨਹੀਂ ਲੱਗਦਾ ਸੀ, ਅਤੇ ਉਸ ਦਿਨ ਦੀ ਗੱਲ ਯਾਦ ਕਰਕੇ ਉਹ ਡਰ ਵੀ ਗਿਆ, ਊਸ਼ਾ ਉਸ ਨੂੰ ਆਪਣੀ ਗੋਦ ਵਿੱਚ ਖਿੱਚਦੀ ਹੋਈ ਬੋਲੀ, "ਸੋਮੇਨ ਨੂੰ

ਰਹਿਣ ਦਿਓ, ਉਹ ਫੇਰ ਕਦੇ ਚਲਾ ਜਾਵੇਗਾ।"

ਸ਼ੈਲੇਸ਼ ਬੋਲੇ, "ਇਹ ਵਿਭਾ ਦੇ ਘਰ ਨਹੀਂ ਜਾਣਾ ਚਾਹੁੰਦਾ, ਸ਼ਾਇਦ ਤੈਨੂੰ ਪਤਾ ਲੱਗ ਗਿਆ ਹੈ।"

"ਤੈਨੂੰ ਦੇਖਕੇ ਹੀ ਅੰਦਾਜ਼ਾ ਲਗਾ ਲਿਆ, "ਇਹ ਕਹਿ ਕੇ ਉਹ ਹੱਸਦੇ ਹੋਏ ਬੇਟੇ ਨੂੰ ਨਾਲ ਲੈ ਕੇ ਉਪਰ ਚਲੀ ਗਈ।

ਇਸ਼ਨਾਨ ਅਤੇ ਭੋਜਨ ਤੋਂ ਬਾਅਦ ਸ਼ਾਮ ਬਾਜ਼ਾਰ ਤੋਂ ਘਰ ਮੁੜਨ ਵਿੱਚ ਢਾਈ ਵੱਜ ਗਏ। ਵਿਭਾ, ਭਣਵੱਈਆ ਖੇਤਰਮੋਹਨ ਅਤੇ ਉਸਦੀ ਸਤਰਾਂ-ਅਠਾਰਾਂ ਸਾਲ ਦੀ ਇਕ ਭੈਣ ਨੂੰ ਵੀ ਸ਼ੈਲੇਸ਼ ਨਾਲ ਲੈ ਆਏ। ਸ਼ੈਲੇਸ਼ ਵਿਭਾ ਨੂੰ ਨਾਲ ਨਹੀਂ ਲਿਆਉਣਾ ਚਾਹੁੰਦੇ ਸੀ, ਉਹ ਖੁਦ ਹੀ ਆ ਗਈ ਸੀ। ਉਹ ਊਸ਼ਾ ਦੇ ਪ੍ਰਤੀ ਸ਼ਿਕਾਇਤਾਂ ਨਾਲ ਭਰੀ ਸੀ। ਸਿਰਫ ਆਪਣੇ ਭਰਾ ਨੂੰ ਗੱਲਾਂ ਸੁਣਾ ਕੇ ਉਸ ਦੀ ਤ੍ਰਿਪਤੀ ਨਹੀਂ ਹੋਈ ਸੀ, ਇਥੇ ਆ ਕੇ ਉਹ ਸਭ ਦੇ ਸਾਹਮਣੇ ਤਰਕ ਦੁਆਰਾ ਪਿੰਡ ਦੀ ਅਨਪੜ੍ਹ ਭਰਾ ਦੀ ਪਤਨੀ ਨੂੰ ਨੀਚਾ ਵਿਖਾਉਣਾ ਚਾਹੁੰਦੀ ਸੀ। ਜਦੋਂ ਤੋਂ ਉਹ ਆਪਣੇ ਭਰਾ ਨੂੰ ਮਿਲੀ ਸੀ, ਉਦੋਂ ਤੋਂ ਹੀ ਕਠੋਰ ਗੱਲਾਂ ਦੁਆਰਾ ਉਸ ਨੇ ਇਹੀ ਗੱਲ ਵਾਰ-ਵਾਰ ਪ੍ਰਮਾਣ ਕਰਨੀ ਚਾਹੀ ਕਿ ਏਨੇ ਸਮੇਂ ਬਾਅਦ ਇਸ ਔਰਤ ਨੂੰ ਘਰ ਬੁਲਾ ਕੇ ਬਹੁਤ ਵੱਡੀ ਗਲਤੀ ਕੀਤੀ ਹੈ, ਸਿਰਫ ਇਹੀ ਨਹੀਂ, ਅਜਿਹਾ ਕਰਕੇ ਉਸ ਦੇ

ਭਰਾ ਨੇ ਉਸ ਦੇ ਸਵਰਗਵਾਸੀ ਪਿਉ ਵੀ ਬੇਇਜ਼ਤੀ ਕੀਤੀ ਹੈ। ਜਿਸ ਨੂੰ ਉਸਦੇ ਪਿਉ ਨੇ ਤਿਆਗ ਦਿੱਤਾ ਸੀ ਉਸ ਨੂੰ ਫੇਰ ਕਿਉਂ ਬੁਲਾਇਆ ? ਸਮਾਜ ਵਿੱਚ, ਮਿੱਤਰਾਂ ਵਿੱਚ, ਰਿਸ਼ਤੇਦਾਰਾਂ ਵਿੱਚ ਜਿਸਨੂੰ ਆਪਣਾ ਕਹਿ ਕੇ ਪਛਾਣ ਨਹੀਂ ਕਰਾਈ ਜਾ ਸਕਦੀ, ਆਪਣੇ ਵੱਡੇ ਦੀ ਪਤਨੀ ਕਹਿਣ ਵਿੱਚ ਸ਼ਰਮ ਆਵੇਗੀ, ਉਸਦੇ ਨਾਲ ਉਹ ਲੋਕਾਂ ਵਿੱਚ ਮੂੰਹ ਕਿਵੇਂ ਵਿਖਾਏਗੀ ?

ਪਰਾਈ ਊਸ਼ਾ ਦਾ ਪੱਖ ਲੈ ਕੇ ਖੇਤਰ ਮੋਹਨ ਨੇ ਕੁੱਝ ਕਹਿਣ ਦੀ ਕੋਸ਼ਿਸ਼ ਕੀਤੀ ਤਾਂ ਪਤਨੀ ਤੋਂ ਝਾੜ ਖਾ ਕੇ ਚੁੱਪ ਹੋਣਾ ਪਿਆ। ਵਿਭਾ ਗੁੱਸੇ ਵਿੱਚ ਬੋਲੀ, "ਵੀਰ ਸੋਚਦੇ ਹਨ ਮੈਂ ਕੁੱਝ ਨਹੀਂ ਜਾਣਦੀ, ਪਰ ਮੈਨੂੰ ਸੁਭ ਪਤਾ ਹੈ। ਘਰ ਵਿੱਚ ਵੜਦੇ ਹੀ ਏਨੇ ਪੁਰਾਣੇ ਰਸੋਈਏ ਅਬਦੁੱਲ ਨੂੰ ਭਜਾ ਦਿੱਤਾ, ਕਿਉਂਕਿ ਉਹ ਮੁਸਲਮਾਨ ਸੀ, ਗਿਰਧਾਰੀ ਨੂੰ ਕੱਢ ਦਿੱਤਾ ਕਿਉਂਕਿ ਉਹ ਛੋਟੀ ਜਾਤ ਦਾ ਸੀ। ਜੋ ਏਨੀਂ ਜ਼ਿਆਦਾ ਊਚ-ਨੀਚ ਮੰਨਦੀ ਹੈ ਉਸਦੇ ਨਾਲ ਅਸੀਂ ਰਿਸ਼ਤਾ ਕਿਵੇਂ ਰੱਖੀਏ ? ਮੈਂ ਤਾਂ ਇਹੋ ਜਿਹੀ ਬਹੂ ਨੂੰ ਇਕ ਦਿਨ ਲਈ ਵੀ ਸਵੀਕਾਰ ਨਹੀਂ ਕਰ ਸਕਦੀ, ਕਿਸੇ ਨੂੰ ਕਿੰਨਾਂ ਵੀ ਗੁੱਸਾ ਕਿਉਂ ਨਾ ਆਏ।"

ਇਹ ਵਿਅੰਗ ਕਿਸ ਦੇ ਲਈ ਸੀ, ਸਾਰੇ ਸਮਝ ਗਏ। ਸ਼ੈਲੇਸ਼ ਹੌਲੀ-ਹੌਲੀ ਦੱਸਣ ਲੱਗੇ ਕਿ ਉਹਨਾਂ

ਦੇ ਜਾਣ ਦਾ ਇਹ ਕਾਰਣ ਨਹੀਂ ਹੈ, ਉਹ ਲੋਕ ਖੁਦ ਹੀ ਘਰ ਜਾਣਾ ਚਾਹੁੰਦੇ ਸੀ। ਇਸ ਗੱਲ ਦੇ ਉਤਰ ਵਿਚ ਵਿਭਾ ਨੇ ਕਿਹਾ, ਭਾਬੀ ਦੇ ਸਮੇਂ ਤਾਂ ਕੋਈ ਨਹੀਂ ਸੀ ਜਾਣਾ ਚਾਹੁੰਦਾ, ਉਹਨਾਂ ਦੇ ਘਰ ਆਉਂਦੇ ਹੀ ਉਹ ਭੱਜ ਗਏ।

ਇਸ ਵਿਅੰਗ ਦਾ ਉਤਰ ਕੀ ਹੋ ਸਕਦਾ ਹੈ ? ਸ਼ੈਲੇਸ਼ ਚੁੱਪ ਰਹੇ।

ਵਿਭਾ ਨੇ ਪੁੱਛਿਆ, "ਨੌਕਰ-ਚਾਕਰ ਤਾਂ ਸਾਰੇ ਭੱਜ ਗਏ, ਤੁਹਾਡਾ ਕੰਮ ਕਿਵੇਂ ਚੱਲਦਾ ਹੈ ?"

ਸ਼ੈਲੇਸ਼ ਨੇ ਹੋਲੀ ਜਿਹੀ ਆਵਾਜ਼ ਵਿੱਚ ਦਿੱਤਾ, "ਬਸ, ਇਉਂ ਹੀ ਚਲ ਰਿਹਾ ਹੈ।"

ਵਿਭਾ ਬੋਲੀ, "ਮੈਂ ਚੰਗੀ ਤਰ੍ਹਾਂ ਜਾਣਦੀ ਹਾਂ, ਜੋ ਚਲੇ ਗਏ ਹਨ ਉਹ ਮੁੜਕੇ ਨਹੀਂ ਆਏ। ਮਗਰ ਘਰ ਨੂੰ ਬਿਲਕੁਲ ਪੰਡਤਾਂ ਦਾ ਘਰ ਬਣਾਉਣ ਤੇ ਕੰਮ ਨਹੀਂ ਚੱਲੇਗਾ, ਸਮਾਜ ਵੀ ਤਾਂ ਹੈ। ਹੁਣ ਨੌਕਰ ਜਰਾ ਪਰਖ ਕੇ ਰੱਖਣਾ-ਲੋਕ ਕੀ ਕਹਿਣਗੇ ?"

ਸ਼ੈਲੇਸ਼ ਬੋਲੇ, "ਜ਼ਰੂਰਤ ਪਈ ਤਾਂ ਰੱਖਣੇ ਹੀ ਪੈਣਗੇ ?"

ਵਿਭਾ ਬੋਲੀ, "ਤੁਹਾਡਾ ਲੋਕਾਂ ਦਾ ਕੰਮ ਕਿਵੇਂ ਚੱਲ ਰਿਹਾ ਹੈ ਇਹ ਤਾਂ ਤੁਸੀਂ ਲੋਕ ਹੀ ਜਾਣਦੇ ਹੋ, ਮੈਨੂੰ ਤਾਂ ਕੁੱਝ ਸਮਝ ਨਹੀਂ ਆਉਂਦਾ।" ਇਹ ਕਹਿ ਕੇ ਉਹ ਕਪੜੇ ਬਦਲਣ ਲਈ ਜਾਣ ਲੱਗੀ, ਬੋਲੀ,

"ਪਿਤਾ ਦਾ ਘਰ ਹੈ, ਜਾਏ ਬਿਨਾ ਵੀ ਨਹੀਂ ਰਹਿ ਸਕਦੀ, ਪਰ ਜਾਣ ਤੇ ਸ਼ਾਇਦ ਇਕ ਪਿਆਲੀ ਚਾਹ ਵੀ ਨਸੀਬ ਨਹੀਂ ਹੋਵੇਗੀ।"

ਏਨੀਂ ਦੇਰ ਤੋਂ ਖੇਤਰ ਮੋਹਨ ਚੁੱਪ ਸਨ, ਭਰਾ-ਭੈਣ ਦੇ ਵਿਚਕਾਰ ਕੁੱਝ ਕਹਿਣਾ ਨਹੀਂ ਸੀ ਚਾਹੁੰਦੇ, ਪਰ ਹੁਣ ਉਹਨਾਂ ਤੋਂ ਰਿਹਾ ਨਹੀਂ ਗਿਆ, ਬੋਲੇ, "ਪਹਿਲਾਂ ਚੱਲਕੇ ਵੇਖ ਤਾਂ ਲਓ, ਚਾਹ ਨਾ ਮਿਲੇ ਤਾਂ ਕਹਿਣਾ।"

ਵਿਭਾ ਬੋਲੀ, "ਮੈਂ ਵੇਖਿਆ ਹੋਇਆ ਹੈ। ਪਹਿਲੇ ਦਿਨ ਉਸਦੇ ਹਾਵ ਭਾਵ ਵੇਖਕੇ ਹੀ ਮੈਂ ਸਮਝ ਗਈ ਸੀ।" ਇਹ ਕਹਿ ਕੇ ਉਹ ਚਲੀ ਗਈ। ਉਸਦੀ ਇਸ ਸ਼ਿਕਾਇਤ ਵਿੱਚ ਕੋਈ ਸੱਚਾਈ ਨਹੀਂ ਸੀ, ਉਸ ਦਿਨ ਕੁੱਝ ਵੀ ਦੇਖਕੇ ਆਉਣ ਵਰਗੀ ਉਸਦੇ ਮਨ ਦੀ ਦਸ਼ਾ ਅਤੇ ਸਮਾਂ ਨਹੀਂ ਸੀ, ਇਹ ਦੋਹਾਂ ਵਿੱਚੋਂ ਕੋਈ ਵੀ ਨਹੀਂ ਸੀ ਜਾਣਦਾ।

ਖੇਤਰਮੋਹਨ ਬੋਲੇ, "ਹਾਂ ਸ਼ੈਲੇਸ਼, ਮਾਮਲਾ ਕੀ ਹੈ? ਨੌਕਰ-ਚਾਕਰ ਸਭ ਨੂੰ ਵਿਦਾ ਕਰਕੇ ਕੀ ਬੈਰਾਗੀ ਬਣਕੇ ਰਹਿਣਾ ਹੈ। ਅੱਜਕਲ ਕੀ ਖਾ ਰਹੇ ਹੋ।"

ਸ਼ੈਲੇਸ਼ ਬੋਲੇ, "ਦਾਲ, ਖਿਚੜੀ, ਪੂਰੀ-ਸਬਜੀ—"

"ਉਸਨੂੰ ਖਾ ਪਾ ਰਹੇ ਹੋ ?"

"ਘੱਟ ਤੋਂ ਘੱਟ ਅਟਕ ਤਾਂ ਨਹੀਂ ਰਹੀ। ਇਹ ਗੱਲ ਠੀਕ ਹੈ।"

ਖੇਤਰਮੋਹਨ ਹੱਸ ਕੇ ਬੋਲੇ, "ਠੀਕ ਹੈ, ਮੈਂ ਵੀ ਜਾਣਦਾ ਹਾਂ। ਅਤੇ ਮੈਨੂੰ ਸੱਚਮੁੱਚ ਇਹਨਾਂ ਚੀਜ਼ਾਂ ਤੋਂ ਕੋਈ ਪਰਹੇਜ਼ ਵੀ ਨਹੀਂ ਹੈ। ਪਰ ਮਜ਼ਾ ਐਸਾ ਹੈ ਕਿ ਇਹ ਗੱਲ ਆਪਣਿਆਂ ਵਿੱਚ ਕੋਈ ਸਵੀਕਾਰ ਨਹੀਂ ਕਰ ਸਕਦਾ। ਕੀ ਤੁਸੀਂ ਹਮੇਸ਼ਾ ਇਉਂ ਹੀ ਚਲਦੇ ਰਹੋਂਗੇ, ਕੀ ਸੋਚਿਆ ਹੈ ਤੁਸੀਂ ?"

ਸ਼ੈਲੇਸ਼ ਕੁੱਝ ਦੇਰ ਚੁੱਪ ਰਹਿਣ ਮਗਰੋਂ ਬੋਲੇ, "ਦੇਖੋ ਖੇਤਰ, ਸੱਚ ਗੱਲ ਤਾਂ ਇਹ ਹੈ, ਮੈਂ ਖੁਦ ਕੁੱਝ ਵੀ ਨਹੀਂ ਸੋਚਿਆ, ਸੋਚਣ ਦੀ ਜ਼ਿੰਮੇਵਾਰੀ ਉਹਨਾਂ ਮੈਨੂੰ ਵੀ ਨਹੀਂ ਦਿੱਤਾ। ਬਸ ਮੈਂ ਤਾਂ ਏਨਾ ਸੋਚਿਆ ਹੈ ਕਿ ਉਸਦੇ (ਪਤਨੀ ਦੇ) ਕਹੇ ਬਿਨਾ ਉਸਦੇ ਘਰ ਚਲਾਉਣ ਦੇ ਕੰਮ ਵਿੱਚ ਮੈਂ ਦਖਲ ਅੰਦਾਜ਼ੀ ਨਹੀਂ ਕਰਾਂਗਾ।

ਖੇਤਰਮੋਹਨ ਦਰਵਾਜ਼ੇ ਉੱਤੇ ਨਜ਼ਰ ਰੱਖਦੇ ਹੋਏ ਹੌਲੀ ਜਿਹੀ ਬੋਲੇ, "ਚੁੱਪ ਇਹ ਗੱਲ ਤੁਹਾਡੀ ਭੈਣ ਦੇ ਕੰਨਾਂ ਤੱਕ ਪਹੁੰਚ ਗਈ ਤਾਂ ਬਚ ਸਕਣਾ ਮੁਸ਼ਕਲ ਹੋ ਜਾਵੇਗਾ।"

ਸ਼ੈਲੇਸ਼ ਬੋਲੇ, "ਇਸ ਪਾਸੇ ਤੋਂ ਜੇਕਰ ਨਾ ਵੀ ਬਚ ਪਾਇਆ ਮਗਰ ਦੂਜੇ ਪਾਸੇ ਤੋਂ ਜੇਕਰ ਰਾਹਤ ਮਿਲੀ ਹੈ ਤਾਂ ਆਮਦਨੀ ਤੋਂ ਜ਼ਿਆਦਾ ਖਰਚਾ ਹੈ, ਹੁਣ ਇਸ ਚਿੰਤਾ ਨੂੰ ਨਹੀਂ ਢੋਣਾ ਪਵੇਗਾ। ਤੁਸੀਂ ਕੀ ਜਾਣੋ, ਦਿਨ-ਰਾਤ ਸਿਰਫ

ਰੁਪਇਆਂ ਦੀ ਚਿੰਤਾ, ਮਹੀਨੇ ਦੇ ਪੰਦਰਾ ਦਿਨ ਬੀਤਦੇ ਹੀ ਲੱਗਦਾ ਹੈ ਕਿ ਬਾਕੀ ਦੇ ਪੰਦਰਾਂ ਦਿਨ ਕਿਵੇਂ ਚੱਲੇਗਾ ਉਸ ਰਾਹ ਉੱਤੇ ਹੁਣ ਮੈਂ ਪੈਰ ਨਹੀਂ ਰੱਖਣ ਵਾਲਾ। ਮੈਂ ਬਚ ਗਿਆ ਹਾਂ ਭਰਾਵਾ-ਰੁਪਏ ਉਧਾਰ ਲੈਣ ਲਈ ਹੁਣ ਨਹੀਂ ਜਾਣਾ ਪਵੇਗਾ। ਮੈਨੂੰ ਜਿੰਨੀ ਤਨਖਾਹ ਮਿਲਦੀ ਹੈ ਉਹ ਘਰ ਦੇ ਲਈ ਬਹੁਤ ਹੈ, ਇਹ ਖਬਰ ਉਸੇ ਨੇ ਮੈਨੂੰ ਦਿੱਤੀ।"

ਖੇਤਰਮੋਹਨ ਬੋਲੇ, "ਕੀ ਕਹਿ ਰਹੇ ਹੋ। ਕੀ ਰੁਪਇਆਂ ਦੀ ਚਿੰਤਾ ਸਿਰਫ ਤੁਹਾਨੂੰ ਹੀ ਸੀ ? ਮੈਂ ਤਾਂ ਗਰਦਨ ਤੱਕ ਕਰਜ਼ ਵਿੱਚ ਡੁੱਬ ਚੁੱਕਿਆ ਹਾਂ, ਇਹ ਤਾਂ ਤੁਹਾਨੂੰ ਪਤਾ ਹੀ ਨਹੀਂ ਹੋਵੇਗਾ।"

ਸ਼ੈਲੇਸ਼ ਦੱਸਣ ਲੱਗੇ, "ਇਲਾਹਾਬਾਦ ਜਾਣ ਤੋਂ ਪਹਿਲਾਂ ਇਕ ਮਹੀਨੇ ਦੀ ਤਨਖਾਹ ਅਲਮਾਰੀ ਵਿੱਚ ਰੱਖ ਗਿਆ ਸੀ। ਕਹਿ ਕੇ ਗਿਆ ਸੀ ਕਿ ਪੂਰਾ ਮਹੀਨਾ ਚੱਲਣਾ ਚਾਹੀਦਾ ਹੈ। ਪਹਿਲਾਂ ਤਾਂ ਕਦੇ ਨਹੀਂ ਚੱਲਿਆ, ਸੋਮੇਨ ਦੀ ਮਾਂ ਜਦੋਂ ਜੀਉਂਦੀ ਸੀ ਤਦ ਵੀ ਨਹੀਂ, ਉਸਦੀ ਮੌਤ ਦੇ ਬਾਅਦ ਮੇਰੇ ਤੋਂ ਵੀ ਨਹੀਂ। ਸੋਚਿਆ ਸੀ ਇਸ ਨੂੰ ਡਰਾ ਕੇ ਇਸ ਨਾਲ ਜੇਕਰ ਚਲਾ ਸਕਿਆ ਤਾਂ ਵੀ ਬਹੁਤ ਹੈ। ਜਿੰਨਾਂ ਨੂੰ ਕੱਢ ਦਿੱਤਾ ਕਹਿਕੇ ਵਿਭਾ ਗੁੱਸਾ

43

ਕਰ ਰਹੀ ਸੀ, ਉਹਨਾਂ ਨੂੰ ਮੁਸਲਮਾਨ ਜਾਂ ਛੋਟੀ ਜਾਤ ਦੇ ਕਾਰਣ ਕੱਢਿਆ ਗਿਆ ਸੀ ਜਾਂ ਨਹੀਂ ਮੈਂ ਨਹੀਂ ਜਾਣਦਾ ਮਗਰ ਏਨਾਂ ਜਾਣਦਾ ਹਾਂ ਕਿ ਜਾਂਦੇ ਸਮੇਂ ਇਕ ਸਾਲ ਦੀ ਤਨਖਾਹ ਲੈ ਕੇ ਉਹ ਖੁਸ਼ ਹੋ ਕੇ ਹੀ ਗਏ ਹਨ। ਬਾਣੀਏ ਨੂੰ ਚਾਰ ਸੌ ਰੁਪਏ ਦਿੱਤੇ ਗਏ ਹਨ ਹੋਰ ਵੀ ਛੋਟੀ-ਮੋਟੀ ਕਈ ਉਧਾਰੀ ਚੁਕਾ ਕੇ ਇਕ ਕਾਪੀ ਵਿੱਚ ਸਭ ਲਿਖ ਦਿੱਤਾ ਹੈ—ਡਰਕੇ ਮੈਂ ਪੁੱਛਿਆ ਸੀ, ਇਹ ਤੁਸੀਂ ਕੀ ਕਰ ਬੈਠੇ ਹੋ ਊਸ਼ਾ, ਅੱਧਾ ਮਹੀਨਾ ਅਜੇ ਬਾਕੀ ਹੈ-ਕਿਵੇਂ ਚੱਲੇਗਾ ? ਜੁਆਬ ਆਇਆ, ਮੈਂ ਬੱਚੀ ਨਹੀਂ ਹਾਂ, ਇੰਨਾ ਗਿਆਨ ਮੈਨੂੰ ਵੀ ਹੈ। ਖਾਣ-ਪੀਣ ਦੀ ਕੋਈ ਕਮੀ ਤਾਂ ਅਜੇ ਵੀ ਨਹੀਂ ਦਿਸੀ ਖੇਤਰ, ਪਰ ਮੇਰੇ ਲਈ ਤਾਂ ਦਾਲ-ਖਿਚੜੀ ਹੀ ਅੰਮ੍ਰਿਤ ਹੈ। ਦਰਜੀ ਅਤੇ ਕਪੜਿਆਂ ਦਾ ਬਿਲ ਅਤੇ ਦੋ ਹਜ਼ਾਰ ਦੀ ਉਧਾਰੀ ਉਤਰ ਜਾਵੇ ਤਾਂ ਸਾਹ ਵਿੱਚ ਸਾਹ ਆਏ।"

ਖੇਤਰਮੋਹਨ ਕੁਝ ਕਹਿਣਾ ਚਾਹੁੰਦੇ ਸਨ ਪਰ ਪਤਨੀ ਨੂੰ ਆਉਂਦਿਆਂ ਵੇਖ ਚੁੱਪ ਹੋ ਗਏ।

ਮੋਟਰ ਆਉਣ ਦੇ ਬਾਅਦ ਤਿੰਨੇ ਉਸ ਵਿੱਚ ਸੁਆਰ ਹੋ ਗਏ, ਸਾਰੇ ਰਾਹ ਖੇਤਰ ਮੋਹਨ ਅਨਮਨੇ ਜਿਹੇ ਰਹੇ, ਕਿਸੇ ਦੀ ਕੋਈ ਵੀ ਗੱਲ ਸ਼ਾਇਦ ਹੀ ਉਹ ਸੁਣ ਸਕੇ ਹੋਣ।"

7

ਥੋੜ੍ਹੀ ਦੇਰ ਵਿੱਚ ਹੀ ਗੱਡੀ ਸ਼ੈਲੇਸ਼ਵਰ ਦੇ ਘਰ ਦੇ ਦਰਵਾਜ਼ੇ ਤੇ ਜਾਕੇ ਰੁਕੀ। ਅੰਦਰ ਆਉਂਦੇ ਹੀ ਪਹਿਲੀ ਮੁਲਾਕਾਤ ਹੋਈ ਸੋਮੇਨ ਨਾਲ। ਉਹ ਕੋਇਲਾ ਤੋੜਨ ਵਾਲੀ ਹਥੌੜੀ ਲੈ ਕੇ ਸਰਦਲ ਤੇ ਬੈਠਾ ਆਪਣੀ ਰੇਲਗੱਡੀ ਦਾ ਪਹੀਆ ਠੀਕ ਕਰ ਰਿਹਾ ਸੀ-ਉਸਨੂੰ ਦੇਖਕੇ ਅਚਾਨਕ ਸਾਰੇ ਚੁੱਪ ਹੋ ਗਏ। ਉਸਦੇ ਮੱਥੇ ’ਤੇ, ਗੱਲ੍ਹਾਂ ’ਤੇ, ਛਾਤੀ ’ਤੇ, ਹੱਥਾਂ ’ਤੇ-ਭਾਵ ਸਾਰੀ ਦੇਹ ਦੇ ਉਪਰਲੇ ਹਿੱਸੇ ਨੂੰ ਰੰਗਿਆ ਹੋਇਆ ਸੀ। ਗੰਗਾ ਦੇ ਘਾਟ ਦੇ ਪੰਡਿਆਂ ਨੇ ਸਫੇਦ, ਲਾਲ, ਪੀਲੇ ਰੰਗਾਂ ਨਾਲ ਜਗਨਾਥ ਤੋਂ ਲੈ ਕੇ ਰਾਮ-ਸੀਤਾ ਤੱਕ ਦੇ ਸਾਰਿਆਂ ਦੇ ਨਾਂ ਛਾਪ ਦਿੱਤੇ ਸੀ। ਵਿਭਾ ਵਿਗੰਆਤਮਕ ਹਾਸਾ ਹੱਸਕੇ ਬੋਲੀ, “ਚੰਗੇ ਲੱਗ ਰਹੇ ਹੋ ਬੇਟਾ, ਜੀਉਂਦੇ ਰਹੋ।”

ਸ਼ੈਲੇਸ਼ ਦਾ ਤਾਂ ਜਿਵੇਂ ਇਹਨਾਂ ਦੇ ਸਾਹਮਣੇ ਕਿਸੇ ਨੇ ਸਿਰ ਕੱਟ ਦਿੱਤਾ ਹੋਵੇ। ਸੁਭਾਅ ਤੋਂ ਉਹ ਸ਼ਾਂਤ ਵਿਅਕਤੀ ਹਨ, ਕਿਸੇ ਵੀ ਕਾਰਣ ਤੋਂ ਸ਼ੋਰ-ਸ਼ਰਾਬਾ ਉਹਨਾਂ ਨੂੰ ਪਸੰਦ ਨਹੀਂ, ਮਗਰ ਭੈਣ ਦਾ ਇਹ ਵਿਅੰਗ ਅਚਾਨਕ ਉਹਨਾਂ ਤੋਂ ਸਹਿਣ ਨਹੀਂ ਹੋਇਆ। ਬੇਟੇ ਦੀ ਗੱਲ੍ਹ ’ਤੇ ਜ਼ੋਰ ਨਾਲ ਥੱਪੜ ਮਾਰ ਕੇ ਬੋਲੇ, “ਅਭਾਗਾ ਹਰਾਮੀ, ਇਹ ਸਭ ਕਿੱਥੋਂ

ਕਰਕੇ ਆਇਆ ਏਂ ? ਕਿੱਥੇ ਗਿਆ ਸੀ ?"

ਸੋਮੇਨ ਨੇ ਰੋਂਦੇ-ਰੋਂਦੇ ਜੋ ਕਿਹਾ ਉਸ ਤੋਂ ਇਹੀ ਸਮਝ ਆਇਆ ਕਿ ਅੱਜ ਸਵੇਰੇ ਉਹ ਮਾਂ ਦੇ ਨਾਲ ਗੰਗਾ ਇਸ਼ਨਾਨ ਕਰਨ ਗਿਆ ਸੀ।

ਸ਼ੈਲੇਸ਼ ਉਸ ਨੂੰ ਧੱਕਾ ਮਾਰਦੇ ਹੋਏ ਬੋਲੇ, "ਜਾ, ਸਾਬਣ ਲਾ ਕੇ ਧੋ ਲੈ ਹੁਣੇ।"

ਤਿੰਨੋਂ ਉਨ੍ਹਾ ਦੀ ਬੈਠਕ ਵਿੱਚ ਪਹੁੰਚੇ। ਭਰਾ-ਭੈਣ ਦੋਹਾਂ ਦਾ ਚਿਹਰਾ ਬਹੁਤ ਗੰਭੀਰ ਸੀ, ਇਕ ਮਿੰਟ ਤੱਕ ਕਿਸੇ ਨੇ ਕੁੱਝ ਨਹੀਂ ਕਿਹਾ, ਸ਼ੈਲੇਸ਼ ਦੇ ਸ਼ਰਮ ਨਾਲ ਝੁੱਕੇ ਹੋਏ ਚਿਹਰੇ ਨੂੰ ਦੇਖਕੇ ਇਹੀ ਸਮਝ ਆ ਰਿਹਾ ਸੀ ਕਿ ਏਨਾਂ ਜ਼ਿਆਦਾ ਹੋ ਜਾਏਗਾ, ਉਸਨੇ ਸੁਪਨੇ ਵਿੱਚ ਵੀ ਨਹੀਂ ਸੋਚਿਆ ਸੀ, ਪਰ ਵਿਭਾ ਮੂੰਹ ਤੋਂ ਕੁੱਝ ਬੋਲੇ ਬਿਨਾਂ ਹੀ ਜਿਵੇਂ ਮਾਣ ਨਾਲ ਕਹਿਣ ਲੱਗੀ ਕਿ ਇੰਜ ਹੀ ਹੋਵੇਗਾ, ਉਹ ਜਾਣਦੀ ਸੀ। ਇਹ ਤਾਂ ਹੋਣਾ ਹੀ ਸੀ।

ਗੱਲ ਸ਼ੁਰੂ ਕੀਤੀ ਖੇਤਰਮੋਹਨ ਨੇ। ਅਚਾਨਕ ਉਹ ਹੱਸਕੇ ਬੋਲੇ, "ਤੁਸੀਂ ਤਾਂ ਚਾਹ ਦੀ ਪਿਆਲੀ ਵਿੱਚ ਤੁਫਾਨ ਲਿਆ ਦਿੱਤਾ ਸ਼ੈਲੇਸ਼। ਮੁੰਡੇ ਨੂੰ ਮਾਰਿਆ ਕਿਉਂ। ਤੁਹਾਡੇ ਨਾਲ ਤਾਂ ਤੁਰਨਾ-ਫਿਰਨਾ ਵੀ ਔਖਾ ਹੈ।"

ਪਤੀ ਦੀ ਗੱਲ ਸੁਣਕੇ ਵਿਭਾ ਹੈਰਾਨੀ ਨਾਲ ਜਿਵੇਂ ਪਾਗਲ ਹੋ ਗਈ। ਪਤੀ ਵੱਲ ਵੇਖਕੇ ਬੋਲੀ,

"ਚਾਹ ਦੀ ਪਿਆਲੀ ਵਿੱਚ ਤੁਫਾਨ ਕਿਵੇਂ। ਤੁਸੀਂ ਕੀ ਸੋਚਿਆ, ਉਹ ਸਭ ਬਚਪਨਾ ਹੈ ?"

ਖੇਤਰਮੋਹਨ ਬੋਲੇ, "ਘੱਟ ਤੋਂ ਘੱਟ ਭਿਆਨਕ ਕੁਝ ਵੀ ਨਹੀਂ ਹੋਇਆ, ਏਨਾਂ ਤਾਂ ਮੰਨਣਾ ਹੀ ਪਵੇਗਾ।"

"ਇਸਦਾ ਮਤਲਬ ?"

"ਮਤਲਬ ਸਿੱਧਾ ਹੈ। ਅੱਜ ਜ਼ਰੂਰ ਗੰਗਾ ਇਸ਼ਨਾਨ ਦਾ ਕੋਈ ਯੋਗ ਹੋਵੇਗਾ, ਸੋਮੇਨ ਨਾਲ ਗਿਆ ਹੈ, ਨਾਲੇ ਇਸ਼ਨਾਨ ਕਰ ਲਿਆ। ਇਕ ਦਿਨ ਜੇਕਰ ਟੂਟੀ ਦੇ ਪਾਣੀ ਵਿੱਚ ਨਾ ਨਹਾ ਕੇ ਗੰਗਾਜਲ ਨਾਲ ਨਹਾ ਲਿਆ ਤਾਂ ਕੀ ਪਾਪ ਕਰ ਦਿੱਤਾ, ਸਮਝ ਨਹੀਂ ਆਉਂਦਾ।"

ਵਿਭਾ ਪਤੀ ਦੇ ਪ੍ਰਤੀ ਗੁੱਸੇ ਵਿੱਚ ਭਰ ਕੇ ਬੋਲੀ, "ਉਸਦੇ ਬਾਅਦ ?"

ਖੇਤਰਮੋਹਨ ਨੇ ਉਤਰ ਦਿੱਤਾ, "ਉਸਦੇ ਬਾਅਦ ਦਾ ਮਾਮਲਾ ਸਿੱਧਾ ਹੈ। ਘਾਟ ਪੰਡਿਆਂ ਨਾਲ ਭਰਿਆ ਪਿਆ ਹੈ। ਸ਼ਾਇਦ ਇਕ-ਦੋ ਪੈਸੇ ਦੀ ਉਮੀਦ ਵਿੱਚ ਉਸ ਬੱਚੇ ਦੇ ਸਰੀਰ 'ਤੇ ਉਹਨਾਂ ਚੰਦਨ ਦੀ ਛਾਪ ਲਗਾ ਦਿੱਤੀ। ਇਸ ਵਿੱਚ ਏਨਾਂ ਜ਼ਿਆਦਾ ਭੜਕਣ ਦੀ ਕੀ ਗੱਲ ਹੈ।"

ਵਿਭਾ ਨੇ ਗੁੱਸੇ ਵਿੱਚ ਭਰ ਕੇ ਪੁੱਛਿਆ, "ਇਸਦਾ ਸਿੱਟਾ ਸੋਚ ਕੇ ਵੇਖਿਆ ਹੈ ?"

ਖੇਤਰਮੋਹਨ ਬੋਲੇ, "ਸ਼ਾਮ ਨੂੰ ਹੱਥ-ਮੂੰਹ ਧੋਂਦੇ ਸਮੇਂ ਖੁਦ ਹੀ ਸਾਫ ਹੋ ਜਾਵੇਗਾ-ਇਹੀ ਸਿੱਟਾ ਹੈ।"

ਵਿਭਾ ਬੋਲੀ, "ਓਹ ! ਬਸ ਏਨਾਂ। ਤੁਹਾਡੇ ਬੱਚੇ ਹੁੰਦੇ ਤਾਂ ਤੁਸੀਂ ਉਹਨਾਂ ਨੂੰ ਇਹ ਸਭ ਕਰਨ ਦਿੰਦੇ?"

ਖੇਤਰਮੋਹਨ ਬੋਲੇ, "ਜਦ ਬੱਚੇ ਹੈ ਹੀ ਨਹੀਂ, ਤਾਂ ਇਹ ਬਹਿਸ ਬੇਕਾਰ ਹੈ ।" ਵਿਭਾ ਮਨ ਹੀ ਮਨ ਦੁੱਖੀ ਹੋ ਕੇ ਬੋਲੀ, "ਬਹਿਸ ਬੇਕਾਰ ਹੋ ਸਕਦੀ ਹੈ, ਧੋਣ ਨਾਲ ਚੰਦਨ ਉਤਰ ਜਾਂਦਾ ਹੈ, ਜਾਣਦੀ ਹਾਂ, ਮਗਰ ਇਸ ਦਾ ਦਾਗ ਸ਼ਾਇਦ ਏਨੀਂ ਆਸਾਨੀ ਨਾਲ ਨਾ ਉਤਰੇ। ਬੱਚਿਆਂ ਦੇ ਭਵਿੱਖ ਵੱਲ ਵੇਖਕੇ ਹੀ ਕੰਮ ਕਰਨਾ ਹੁੰਦਾ ਹੈ। ਅੱਜ ਜੋ ਵੀ ਹੋਇਆ ਉਹ ਬਹੁਤ ਗਲਤ ਹੋਇਆ, ਇਹ ਮੈਂ ਵਾਰ-ਵਾਰ ਕਹਾਂਗੀ, ਹੁਣ ਤੁਸੀਂ ਲੋਕ ਜੋ ਚਾਹੋ ਕਰੋ।"

ਖੇਤਰਮੋਹਨ ਬੋਲੇ, "ਤੁਸੀਂ ਲੋਕ ਨਹੀਂ-ਇੱਕਲਾ ਮੈਂ। ਸ਼ੈਲੇਸ਼ ਨੇ ਤਾਂ ਥੱਪੜ ਮਾਰਕੇ, ਧੱਕਾ ਦੇ ਕੇ ਪਸ਼ਚਾਤਾਪ ਕਰ ਲਿਆ - ਪਰ ਮੈਂ ਇਹ ਆਸ ਨਹੀਂ ਕਰਦਾ ਕਿ ਅਧਿਆਪਕ ਦੀ ਬੇਟੀ ਇਕੋ ਦਿਨ ਵਿੱਚ ਮੇਮ ਸਾਹਬ ਬਣ ਜਾਵੇਗੀ। ਹੁਣ ਜੋ ਵੀ ਹੋਵੇ, ਤੁਸੀਂ ਦੋਵੇਂ ਭੈਣ-ਭਰਾ ਇਸਦੇ ਨਤੀਜੇ ਦੇ ਬਾਰੇ ਵਿੱਚ ਸੋਚਦੇ ਰਹੋ, ਮੈਂ ਚਲਦਾ ਹਾਂ।"

ਸ਼ੈਲੇਸ਼ ਚੁੱਪ ਸੀ, ਬੋਲੇ, "ਕਿੱਥੇ ਜਾ ਰਹੇ ਹੋ ?"

ਖੇਤਰਮੋਹਨ ਬੋਲੇ, "ਉਪਰ। ਭਾਬੀ ਦੇ ਨਾਲ

ਜਾਣ ਪਛਾਣ ਕਰਕੇ ਆਉਂਦਾ ਹਾਂ, ਗੱਲ ਕਰਦੀ ਹੈ ਕਿ ਨਹੀਂ ਵੇਖਾ ਤਾਂ।" ਇਹ ਕਹਿ ਕੇ ਖੇਤਰਮੋਹਨ ਬਾਹਰ ਚਲੇ ਗਏ।

ਉਪਰ ਜਾ ਕੇ ਸੌਣ ਵਾਲੇ ਦਰਵਾਜ਼ੇ ਦੇ ਬਾਹਰੋਂ ਪੁਕਾਰ ਕੇ ਬੋਲੇ, "ਭਾਬੀ ਜੀ, ਨਮਸਕਾਰ।"

ਊਸ਼ਾ ਨੇ ਪਲਟਕੇ ਵੇਖਿਆ ਅਤੇ ਸਿਰ ਢਕ ਕੇ ਖੜੀ ਹੋ ਗਈ।

ਸੋਮੇਨ ਨੇੜੇ ਬੈਠ ਕੇ ਸ਼ਾਇਦ ਮਾਂ ਦਾ ਕੰਮ ਵਧਾ ਰਿਹਾ ਸੀ, ਬੋਲਿਆ, "ਫੁੱਫੜ ਜੀ।"

ਊਸ਼ਾ ਕੋਲ ਪਈ ਕੁਰਸੀ ਵੱਲ ਇਸ਼ਾਰਾ ਕਰਕੇ ਹੌਲੀ ਜਿਹੀ ਬੋਲੀ, "ਬੈਠੋ।" ਉਸਦੇ ਸਾਹਮਣੇ ਦੋ ਅਲਮਾਰੀਆਂ ਖੁਲ੍ਹੀਆਂ ਪਈਆਂ ਸਨ, ਜ਼ਮੀਨ 'ਤੇ ਬਹੁਤ ਸਾਰੇ ਕਪੜੇ, ਸਾੜੀ, ਕੋਟ-ਪੈਂਟ, ਜੁਰਾਬਾਂ ਟਾਈ ਆਦਿ ਦਾ ਢੇਰ ਪਿਆ ਸੀ। ਖੇਤਰਮੋਹਨ ਬੈਠਣ ਮਗਰੋਂ ਬੋਲੇ, "ਇਹ ਸਭ ਤੁਸੀਂ ਕੀ ਕਰ ਰਹੇ ਹੋ।"

ਉਸ ਢੇਰ ਵਿਚੋਂ ਸੋਮੇਨ ਇਕ ਜੋੜਾ ਜੁਰਾਬ ਕੱਢਕੇ ਬੋਲਿਆ, "ਇਹ ਦੇਖੋ ਮਾਂ, ਇਕ ਹੋਰ ਨਿਕਲੀ ਹੈ, ਬਸ ਥੋੜੀ-ਜਿਹੀ ਫਟੀ ਹੋਈ ਹੈ।"

ਊਸ਼ਾ ਨੇ ਬੇਟੇ ਦੇ ਹੱਥੋਂ ਉਸ ਨੂੰ ਲੈ ਕੇ ਸੰਭਾਲਕੇ ਰੱਖਿਆ, ਉਸਦੇ ਰੱਖਣ ਦਾ ਤਰੀਕਾ ਦੇਖ ਕੇ ਖੇਤਰਮੋਹਨ ਨੇ ਹੈਰਾਨ ਹੋ ਕੇ ਪੁੱਛਿਆ, "ਇਹ ਕੀ

ਅਨਾਥ ਆਸ਼ਰਮ ਦੇ ਲਈ ਰੱਖੇ ਜਾ ਰਹੇ ਹਨ ਜਾਂ ਕੂੜਾ ਸਾਫ ਕੀਤਾ ਜਾ ਰਿਹਾ ਹੈ ? ਕੀ ਕਰ ਰਹੇ ਹੋ ਤੁਸੀਂ ?" ਉਹ ਤਾਂ ਸੋਚ ਕੇ ਆਏ ਸਨ ਕਿ ਪਿੰਡ ਦੀ ਨਵੀਂ ਬਹੂ ਉਨ੍ਹਾਂ ਨੂੰ ਵੇਖਕੇ ਸ਼ਰਮ ਨਾਲ ਛਿਪ ਜਾਵੇਗੀ, ਪਰ ਊਸ਼ਾ ਦੇ ਵਿਹਾਰ ਤੋਂ ਇਹ ਕੁਝ ਪ੍ਰਕਾਸ਼ ਵਿੱਚ ਨਹੀਂ ਆਇਆ। ਉਸਨੇ ਸਿਰ ਚੁੱਕ ਕੇ ਨਹੀਂ ਵੇਖਿਆ, ਪਰ ਸਹਿਜ ਭਾਵ ਨਾਲ ਉਤਰ ਦਿੱਤਾ, "ਸੋਚ ਰਹੀਂ ਹਾਂ ਇਹਨਾਂ ਸਾਰਿਆਂ ਨੂੰ ਠੀਕ ਕਰਕੇ ਭੇਜਾਂਗੀ, ਸ਼ਾਇਦ ਦੱਸ ਸਾਲ ਤੱਕ ਕਪੜੇ ਖਰੀਦਣ ਦੀ ਜ਼ਰੂਰਤ ਨਹੀਂ ਪਵੇਗੀ ?"

ਇਕ ਪਲ ਚੁੱਪ ਰਹਿ ਕੇ ਖੇਤਰਮੋਹਨ ਬੋਲੇ, "ਹਾਲੀਂ ਇਥੇ ਕੋਈ ਨਹੀਂ ਹੈ, ਛੇਤੀ ਛੇਤੀ ਇਕ ਗੱਲ ਦੱਸ ਦਿੰਦਾ ਹਾਂ। ਆਪਣੀ ਨਣਦ ਨੂੰ ਦੇਖਕੇ ਉਸਦੇ ਪਤੀ ਦੇ ਸੰਬੰਧ ਵਿੱਚ ਕੋਈ ਅੰਦਾਜ਼ਾ ਨਾ ਲਾਉਣਾ। ਬਾਹਰ ਤੋਂ ਮੇਰਾ ਵਿਹਾਰ ਅਤੇ ਕਪੜੇ ਦੇਖਕੇ ਮੈਨੂੰ ਫਿਰੰਗੀ ਨਾ ਸਮਝਣਾ, ਮੈਂ ਪੱਕਾ ਬੰਗਾਲੀ ਹਾਂ। ਕੋਈ ਗੰਗਾ ਇਸ਼ਨਾਨ ਕਰਕੇ ਆਇਆ ਹੈ, ਇਹ ਸੁਣਕੇ ਮੇਰੀ ਉਸ ਨੂੰ ਮਾਰਨ ਦੀ ਇੱਛਾ ਨਹੀਂ ਹੁੰਦੀ, ਇਹ ਗੱਲ ਤੁਹਾਨੂੰ ਦੱਸ ਦਿੰਦਾ ਹਾਂ।"

ਊਸ਼ਾ ਚੁੱਪ ਰਹੀ। ਖੇਤਰ ਮੋਹਨ ਬੋਲੇ, "ਇਕ ਗੱਲ ਹੋਰ ਇੱਕਲੇ ਵਿੱਚ ਹੀ ਕਹਿਣਾ ਚਾਹੁੰਦਾ ਹਾਂ,

ਸੋਮੇਨ ਨੂੰ ਜੋ ਮਾਰ ਪਈ ਉਸ ਨੂੰ ਆਪਣੇ ਉਪਰ ਲਉਗੇ ਤਾਂ ਇਹ ਸ਼ੈਲੇਸ਼ ਦੇ ਪ੍ਰਤੀ ਧੱਕਾ ਹੋਵੇਗਾ। ਉਹ ਏਨਾ ਬੇਕਾਰ ਨਹੀਂ ਹੈ।"

ਊਸ਼ਾ ਨੇ ਇਸ ਗੱਲ ਦਾ ਵੀ ਕੋਈ ਜੁਆਬ ਨਹੀਂ ਦਿੱਤਾ, ਚੁੱਪਚਾਪ ਖੜੀ ਰਹੀ। ਖੇਤਰਮੋਹਨ ਬੋਲੇ, "ਹੁਣ ਤੁਸੀਂ ਬੈਠ ਜਾਉ। ਮੇਰੇ ਕਾਰਣ ਤੁਹਾਡਾ ਸਮਾਂ ਨਸ਼ਟ ਨਾ ਹੋਵੇ।" ਥੋੜ੍ਹੀ ਦੇਰ ਚੁੱਪ ਰਹਿ ਕੇ ਫੇਰ ਬੋਲੇ, "ਤੁਹਾਡੇ ਵਰਗੀ ਲਛਮੀ ਨੂੰ ਕੰਮ ਕਰਦੇ ਦੇਖਕੇ ਮੈਂ ਵੀ ਘਰ ਦਾ ਕੁੱਝ ਕੰਮ ਸਿੱਖ ਲਵਾਂ।"

ਊਸ਼ਾ ਜਮੀਨ 'ਤੇ ਬੈਠਦੇ ਹੋਏ ਮੁਸਕਰਾ ਕੇ ਬੋਲੀ, "ਇਹ ਕੰਮ ਕੁੜੀਆਂ ਦਾ ਹੈ, ਸਿੱਖ ਕੇ ਕੀ ਫਾਇਦਾ ?"

ਖੇਤਰਮੋਹਨ ਬੋਲੇ, "ਇਸ ਦਾ ਉਤਰ ਮੈਂ ਤੁਹਾਨੂੰ ਦੇਵਾਂਗਾ, ਪਰ ਅੱਜ ਨਹੀਂ।"

ਊਸ਼ਾ ਚੁੱਪਚਾਪ ਆਪਣਾ ਕੰਮ ਕਰਨ ਲੱਗੀ, ਪਰ ਕੁੱਝ ਦੇਰ ਬਾਅਦ ਬੋਲੀ, "ਇਹ ਸਭ ਤਾਂ ਗਰੀਬਾਂ ਦੇ ਕੰਮ ਹਨ, ਤੁਹਾਡੇ ਲੋਕਾਂ ਦੀ ਸਿੱਖਿਆ ਵਿੱਚ ਤਾਂ ਇਸਦੀ ਜ਼ਰੂਰਤ ਹੀ ਨਹੀਂ ਹੋਵੇਗੀ।"

ਖੇਤਰਮੋਹਨ ਡੂੰਘਾ ਸਾਹ ਛੱਡਦੇ ਹੋਏ ਬੋਲੇ, "ਭਾਬੀ ਜੀ, ਬਾਹਰੀ ਚਮਕ-ਦਮਕ ਦੇਖਕੇ ਜੇਕਰ ਤੁਸੀਂ ਵੀ ਬਹਿਕਾਵੇ ਵਿੱਚ ਆ ਗਏ ਤਾਂ ਸਾਡੇ ਜਿਹੇ ਅਭਾਗਿਆਂ ਦਾ ਦਰਦ ਸਮਝਣ ਵਾਲਾ ਇਸ

ਦੁਨੀਆਂ ਵਿੱਚ ਕੋਈ ਨਹੀਂ ਬਚੇਗਾ। ਮੇਰਾ ਮਨ ਕਰ ਰਿਹਾ ਹੈ ਕਿ ਆਪਣੀ ਛੋਟੀ ਭੈਣ ਨੂੰ ਕੁੱਝ ਦਿਨਾਂ ਲਈ ਤੁਹਾਡੇ ਕੋਲ ਛੱਡ ਦੇਵਾਂ। ਤੁਹਾਡੇ ਕੁੱਝ ਗੁਣ ਉਹ ਵੀ ਆਪਣੇ ਨਾਲ ਸੌਹਰੇ ਲੈ ਜਾਵੇ।"

ਊਸ਼ਾ ਚੁੱਪ ਰਹੀ। ਖੇਤਰਮੋਹਨ ਕੁੱਝ ਕਹਿਣ ਹੀ ਵਾਲੇ ਸਨ, ਅਚਾਨਕ ਪੌੜੀ ਦੇ ਹੇਠੋਂ ਬੂਟਾਂ ਦੀ ਆਵਾਜ਼ ਸੁਣਕੇ ਬੋਲੇ, "ਉਹ ਸਭ ਉਪਰ ਹੀ ਆ ਰਹੇ ਹਨ। ਸ਼ੈਲੇਸ਼ ਦੀ ਭੈਣ ਅਤੇ ਮੇਰੀ ਭੈਣ ਦੀ ਬਾਹਰੀ ਵੇਸ਼ਭੂਸ਼ਾ ਵਿੱਚ ਸਮਾਨਤਾ ਵੇਖਕੇ ਇਹ ਨਾ ਸਮਝਣਾ ਕਿ ਉਹਨਾਂ ਦਾ ਅੰਦਰ ਵੀ ਇਕ ਜਿਹਾ ਹੈ।"

ਊਸ਼ਾ ਨੇ ਮੁਸਕਰਾਉਂਦੇ ਹੋਏ ਗਰਦਨ ਹਿਲਾ ਕੇ ਕਿਹਾ, "ਸ਼ਾਇਦ ਮੈਂ ਪਛਾਣ ਲਵਾਂਗੀ।"

ਖੇਤਰਮੋਹਨ ਬੋਲੇ, "ਸ਼ਾਇਦ। ਜ਼ਰੂਰ ਪਛਾਣ ਲਓਗੇ, ਮੈਂ ਜਾਣਦਾ ਹਾਂ।"

8

ਪੌੜੀਆਂ 'ਚ ਜਿਨ੍ਹਾਂ ਦਾ ਖੜਾਕ ਸੁਣਾਈ ਦਿੱਤਾ, ਉਹ ਸੀ ਸ਼ੈਲੇਸ਼, ਵਿਭਾ ਦੀ ਛੋਟੀ ਬੇਟੀ ਨਣਦ ਊਮਾ। ਸ਼ੈਲੇਸ਼ ਅਤੇ ਵਿਭਾ ਨੇ ਕਮਰੇ ਵਿੱਚ ਪ੍ਰਵੇਸ਼ ਕੀਤਾ, ਊਮਾ ਸਭ ਤੋਂ ਪਿੱਛੇ ਸੀ, ਉਸਨੇ

ਜਿਵੇਂ ਹੀ ਚੌਖਟ 'ਤੇ ਪੈਰ ਰੱਖਿਆ, ਉਸਦੇ ਭਰਾ ਨੇ ਇਸ਼ਾਰੇ ਨਾਲ ਉਸ ਨੂੰ ਅੰਦਰ ਆਉਣ ਤੋਂ ਮਨ੍ਹਾਂ ਕਰਦੇ ਹੋਏ ਕਿਹਾ, "ਜੁੱਤੀਆਂ ਉਤਾਰ ਕੇ ਆਓ ਉਮਾ।"

ਵਿਭਾ ਪਤੀ ਦੇ ਵੱਲ ਵੇਖਕੇ ਹੈਰਾਨੀ ਨਾਲ ਬੋਲੀ, "ਕਿਉਂ ?"

ਖੇਤਰਮੋਹਨ ਬੋਲੇ, "ਇਸ ਵਿੱਚ ਦੋਸ਼ ਕੀ ਹੈ ? ਪੈਰਾਂ ਵਿੱਚ ਕੰਡੇ ਵੀ ਨਹੀਂ ਚੁੱਭਣ ਵਾਲੇ ਅਤੇ ਠੋਕਰ ਵੀ ਨਹੀਂ ਲੱਗੇਗੀ।"

ਵਿਭਾ ਬੋਲੀ, "ਜਾਣਦੀ ਹਾਂ। ਮਗਰ ਅਚਾਨਕ ਜੁੱਤੀਆਂ ਉਤਾਰਨ ਦੀ ਕੀ ਜ਼ਰੂਰਤ ਪੈ ਗਈ, ਇਹੀ ਜਾਣਨਾ ਚਾਹੁੰਦੀ ਹਾਂ।"

ਖੇਤਰਮੋਹਨ ਬੋਲੇ, "ਭਾਬੀ ਜੀ ਜੇ ਹਿੰਦੂ ਧਰਮ ਨੂੰ ਮੰਨਦੀ ਹੋ-ਤਾਂ ਫਿਰ ਵੱਡਿਆਂ ਦੇ ਕਮਰੇ ਵਿੱਚ ਜੁੱਤੀ ਉਤਾਰ ਕੇ ਆਉਣਾ ਹੀ ਚਾਹੀਦਾ ਹੈ।"

ਵਿਭਾ ਨੇ ਪਤੀ ਦੇ ਪੈਰਾਂ ਵੱਲ ਵੇਖਿਆ, ਸਿਰਫ ਭੈਣ ਨੂੰ ਉਪਦੇਸ਼ ਹੀ ਨਹੀਂ ਦਿੱਤਾ, ਉਹਨਾਂ ਖੁਦ ਵੀ ਉਸਦਾ ਪਾਲਨ ਕੀਤਾ ਹੈ, ਇਹ ਵੇਖਕੇ ਉਸਦੇ ਤਨ-ਬਦਨ ਵਿੱਚ ਅੱਗ ਲੱਗ ਗਈ। ਬੋਲੀ, "ਵੱਡਿਆਂ ਦੇ ਪ੍ਰਤੀ ਤੁਹਾਡਾ ਆਦਰ ਹੋਣਾ ਚੰਗੀ ਗੱਲ ਹੈ ਪਰ ਏਨੀ ਜ਼ਿਆਦਤੀ ਚੰਗੀ ਨਹੀਂ। ਵੱਡਿਆਂ ਦਾ ਇਹ ਸੌਣ ਵਾਲਾ ਕਮਰਾ ਨਾ ਹੋ ਕੇ ਜੇਕਰ ਪੂਜਾ ਦਾ

ਕਮਰਾ ਹੁੰਦਾ ਤਾਂ ਸ਼ਾਇਦ ਤੁਸੀਂ ਗੋਹਾ ਖਾ ਕੇ ਇਸ ਕਮਰੇ ਵਿੱਚ ਆਉਂਦੇ।"

ਪਤਨੀ ਦਾ ਗੁੱਸਾ ਵੇਖਕੇ ਖੇਤਰਮੋਹਨ ਹੱਸਣ ਲੱਗੇ, "ਬੋਲੇ, ਗੋਹਾ ਖਾਣ ਦੀ ਰੁਚੀ ਨਹੀਂ ਹੈ। ਭਾਬੀ ਜੀ ਦੇ ਕਾਰਣ ਉਸ ਨੂੰ ਮੂੰਹ ਵਿੱਚ ਨਹੀਂ ਰੱਖ ਸਕਦਾ, ਪਰ ਦੇਵੀ-ਦੇਵਤਿਆਂ ਨਾਲ ਕੋਈ ਵੈਰ ਨਹੀਂ, ਇਸ ਲਈ ਬਿਨਾਂ ਕਾਰਨ ਉਹਨਾਂ ਦੇ ਕਮਰੇ ਵਿੱਚ ਆ ਕੇ ਹੱਲਾ ਨਹੀਂ ਮਚਾਉਂਦਾ। ਚੰਗਾ ਭਾਬੀ ਜੀ, ਇਸ ਕਮਰੇ ਵਿੱਚ ਤਾਂ ਪਹਿਲਾਂ ਵੀ ਕਈ ਵਾਰ ਆਇਆ ਹਾਂ, ਮੈਨੂੰ ਯਾਦ ਹੈ ਇਥੇ ਇਕ ਗਲੀਚਾ ਵਿਛਿਆ ਹੋਇਆ ਸੀ, ਉਹ ਕਿਉਂ ਹਟਾ ਦਿੱਤਾ।"

ਊਸ਼ਾ ਬੋਲੀ, "ਧੋਤਾ ਤਾਂ ਜਾਂਦਾ ਨਹੀਂ, ਗੰਦਾ ਹੋ ਜਾਂਦਾ ਹੈ। ਸੌਣ ਵਾਲਾ ਕਮਰਾ ਹੈ।"

ਵਿਭਾ ਨੇ ਵਿਅੰਗਾਤਮਕ ਤਰੀਕੇ ਨਾਲ ਪ੍ਰਸ਼ਨ ਕੀਤਾ, "ਕਾਲੀਨ ਵਿਛੇ ਰਹਿਣ ਨਾਲ ਕੀ ਕਮਰਾ ਗੰਦਾ ਰਹਿੰਦਾ ਹੈ ?"

ਊਸ਼ਾ ਉਸਦੇ ਵੱਲ ਦੇਖਕੇ ਹੌਲੀ-ਹੌਲੀ ਬੋਲੀ, "ਗੰਦਾ ਤਾਂ ਹੋਣਾ ਹੀ ਹੈ। ਇਹ ਸੱਚ ਹੈ ਕਿ ਉਪਰੋਂ ਉਹ ਗੰਦਗੀ ਵਿਖਾਈ ਨਹੀਂ ਦਿੰਦੀ, ਪਰ ਉਸਦੇ ਹੇਠਾਂ ਮਿੱਟੀ ਜੰਮੀ ਰਹਿੰਦੀ ਹੈ।"

ਵਿਭਾ ਸ਼ਾਇਦ ਇਸ ਗੱਲ ਦਾ ਵਿਰੋਧ ਕਰਨ ਲਈ ਕੁੱਝ ਕਹਿਣ ਹੀ ਵਾਲੀ ਸੀ, ਪਰ ਅਚਾਨਕ

ਪਤੀ ਦੀ ਤੇਜ਼ ਆਵਾਜ਼ ਸੁਣਕੇ ਉਹ ਰੁਕ ਗਈ। ਉਹ ਬੜੇ ਉਤਸ਼ਾਹ ਨਾਲ ਬੋਲੇ, "ਬਸ-ਬਸ ਭਾਬੀ ਜੀ, ਗੰਦੀ ਛਿਪੀ ਰਹੇ ਤਾਂ ਸਾਡਾ ਕੰਮ ਚੱਲ ਜਾਂਦਾ ਹੈ, ਇਸ ਤੋਂ ਜ਼ਿਆਦਾ ਸਾਨੂੰ ਕੁੱਝ ਨਹੀਂ ਚਾਹੀਦਾ। ਉਹ ਚੀਜ਼ ਅੱਖਾਂ ਤੋਂ ਛਿਪੀ ਰਹੇ, ਬਸ ਅਸੀਂ ਖ਼ੁਸ਼ ਰਹਿੰਦੇ ਹਾਂ, ਕਿਉਂ ਸ਼ੈਲੇਸ਼ ਠੀਕ ਹੈ ਨਾ ?"

ਸ਼ੈਲੇਸ਼ ਕੁੱਝ ਨਹੀਂ ਬੋਲੇ, ਵਿਭਾ ਦੇ ਗੁੱਸੇ ਦਾ ਅੰਤ ਨਹੀਂ ਸੀ, ਮਗਰ ਆਪਣੇ ਗੁੱਸੇ ਨੂੰ ਸੰਭਾਲਿਆ, ਬਹਿਸ ਨਾ ਕਰਕੇ ਚੁੱਪ ਰਹੀ। ਇਹਨਾਂ ਪਤੀ-ਪਤਨੀ ਵਿੱਚ ਸੱਚਮੁੱਚ ਦਾ ਪਿਆਰ ਅਤੇ ਸਾਂਝ ਦੀ ਕੋਈ ਕਮੀ ਨਹੀਂ ਸੀ, ਪਰ ਬਾਹਰੀ ਸੰਸਾਰਿਕ ਆਚਰਨ ਵਿੱਚ ਵਾਦ-ਵਿਵਾਦ ਅਕਸਰ ਉਜਾਗਰ ਹੋ ਜਾਂਦਾ ਸੀ, ਕਿਸੇ ਦੂਜੇ ਦੇ ਅੱਗੇ ਵਿਭਾ ਬਹਿਸ ਵਿੱਚ ਹਾਰ ਨਹੀਂ ਮੰਨ ਸਕਦੀ, ਇਹੀ ਉਸਦਾ ਸੁਭਾਅ ਹੈ। ਇਸ ਲਈ ਅਕਸਰ ਵੇਖਣ ਵਿੱਚ ਆਉਂਦਾ ਸੀ ਕਿ ਇਹ ਮਾਮਲਾ ਗੱਲਾਂ-ਗੱਲਾਂ ਵਿੱਚ ਘਰ ਪਹੁੰਚ ਜਾਂਦਾ, ਇਸੇ ਡਰ ਕਾਰਨ ਖੇਤਰਮੋਹਨ ਅਕਸਰ ਵਿਚਕਾਰੋਂ ਹੀ ਉਠਕੇ ਚਲੇ ਜਾਂਦੇ ਸਨ। ਪਰ ਅੱਜ ਉਹਨਾਂ ਦਾ ਭਾਵ ਇਸ ਤਰ੍ਹਾਂ ਦਾ ਨਹੀਂ ਸੀ, ਇਹ ਅਨੁਭਵ ਕਰਕੇ ਵਿਭਾ ਨੇ ਖ਼ੁਦ ਨੂੰ ਰੋਕ ਲਿਆ।

ਅਸਲ ਵਿੱਚ ਖੇਤਰਮੋਹਨ ਦੇ ਮਨ ਵਿੱਚ ਉਸਦੇ ਲਈ ਅੱਜ ਜ਼ਰਾ ਵੀ ਢਿੱਲ ਦੇਣ ਦਾ ਭਾਵ ਨਹੀਂ

ਸੀ। ਦੂਜਿਆਂ ਦੀ ਗਲਤੀ ਕੱਢਕੇ ਕੌੜੇ ਸ਼ਬਦ ਬੋਲਣਾ ਵਿਭਾ ਦੀ ਆਦਤ ਬਣ ਗਈ ਸੀ। ਜ਼ਿਆਦਾ ਖੇਤਰਾਂ ਵਿੱਚ ਬੇਇਜ਼ਤੀ ਦੇ ਇਲਾਵਾ ਹੋਰ ਕੋਈ ਨੁਕਸਾਨ ਨਹੀਂ ਹੁੰਦਾ ਸੀ, ਪਰ ਇਸ ਬੇਕਸੂਰ ਬਹੂ ਦੇ ਪਿੱਛੇ ਪਹਿਲੇ ਦਿਨ ਤੋਂ ਹੀ ਉਹ ਕਮਰ ਕੱਸ ਕੇ ਪਿੱਛੇ ਪੈ ਗਈ ਸੀ। ਬਿਨਾਂ ਕੋਈ ਗਲਤੀ ਕੀਤੇ ਏਨੇ ਦੁੱਖ ਭੋਗਣ ਦੇ ਬਾਅਦ ਜਿਸ ਇਸਤਰੀ ਨੂੰ ਅਚਾਨਕ ਪਤੀ ਦੇ ਘਰ ਵਿੱਚ ਫੇਰ ਸਥਾਨ ਮਿਲ ਗਿਆ ਹੈ ਉਸਨੂੰ ਉਸ ਸਥਾਨ ਤੋਂ ਹਟਾਉਣ ਦੀ ਕੋਸ਼ਿਸ਼ ਦੇਖਕੇ ਇਕ ਪਤੀ ਦੇ ਦਿਲ ਵਿੱਚ ਦੁੱਖ ਅਤੇ ਪਰੇਸ਼ਾਨੀ ਭਰ ਰਹੀ ਸੀ। ਜਦਕਿ ਇਹ ਲੋਕ ਉਸਦੇ ਪੈਰਾਂ ਦੀ ਧੂੜ ਬਰਾਬਰ ਵੀ ਨਹੀਂ ਹਨ। ਇਹ ਸੱਚ ਇੱਕ ਪਲ ਵਿੱਚ ਸਮਝ ਕੇ ਖੇਤਰ ਮੋਹਨ ਦੇ ਦਿਲ ਵਿੱਚ ਵਿਭਾ ਦੇ ਲਈ ਕੋਈ ਮਾਫੀ ਨਹੀਂ ਬਚੀ। ਪਰ ਫੇਰ ਇਹ ਗੱਲ ਸਾਫ-ਸਾਫ ਕਹਿ ਦੇਣਾ ਵੀ ਉੱਚ ਪੜ੍ਹੇ-ਲਿਖੇ ਸਮਾਜ ਵਿੱਚ ਔਖਾ ਹੈ। ਜਿਵੇਂ ਵੀ ਹੋਵੇ ਸੱਭਿਅਤਾ ਦੇ ਪਰਦੇ ਤੋਂ ਬਾਹਰ ਇਸ ਨੂੰ ਛਿਪਾਉਣਾ ਹੀ ਹੋਵੇਗਾ।

ਖੇਤਰਮੋਹਨ ਆਪਣੀ ਭੈਣ ਨੂੰ ਬੋਲੇ, "ਊਮਾ, ਮੈਂ ਤੁਹਾਨੂੰ ਇਕ ਗੱਲ ਦੱਸਦਾ ਹਾਂ, ਜੇਕਰ ਤੁਸੀਂ ਰੋਜ਼ ਦੁਪਹਿਰ ਨੂੰ ਆਪਣੀ ਇਸ ਪਿੰਡ ਦੀ ਭਾਬੀ ਕੋਲ ਆ ਕੇ ਬੈਠ ਸਕੋ ਤਾਂ ਕਿਸੇ ਵੀ ਪਰਵਾਰ ਵਿੱਚ ਤੁਹਾਡਾ

ਵਿਆਹ ਕਿਉਂ ਨਾ ਹੋਵੇ, ਦੁਖੀ ਨਹੀਂ ਹੋਵੇਗੀ।"

ਊਮਾ ਮੁਸਕੁਰਾਉਂਦੀ ਰਹੀ। ਊਸ਼ਾ ਨੇ ਸਿਰ ਝੁਕਾ ਕੇ ਕਿਹਾ, "ਜੇਕਰ ਇਉਂ ਹੋਇਆ ਤਾਂ ਬਸ ਹੋਰ ਕੀ। ਤੁਹਾਡੇ ਸਮਾਜ ਵਿੱਚ ਇਸ ਨੂੰ ਇੱਕਲੇ ਰਹਿਣਾ ਪਏਗਾ ?"

ਖੇਤਰਮੋਹਨ ਬੋਲੇ, "ਇਹ ਸੱਚ ਹੈ ਭਾਬੀ ਜੀ। ਪਰ ਪਤੀ-ਪਤਨੀ ਸੁਖੀ ਰਹਿਣਗੇ, ਇਹ ਮੈਂ ਸ਼ਰਤ ਲਾ ਕੇ ਕਹਿ ਸਕਦਾ ਹਾਂ।"

ਸ਼ੈਲੇਸ਼ ਨੇ ਵਿਭਾ ਵਲ ਚੋਰੀ ਚੋਰੀ ਵੇਖ ਕੇ ਕਿਹਾ, 'ਸ਼ਰਤ ਲਾਉਣ ਦੀ ਜ਼ਰੂਰਤ ਨਹੀਂ ਹੈ ਭਰਾਵਾ, ਏਨਾ ਕਹਿਣਾ ਹੀ ਕਾਫੀ ਹੈ।"

ਖੇਤਰਮੋਹਨ ਨੇ ਕਿਹਾ, "ਹੋਰ ਜੋ ਵੀ ਹੋਵੇ, ਸਿਰਫ ਅੱਜ ਦੀ ਏਨੀਂ ਜਿਹੀ ਗੱਲ ਵੀ ਜੇਕਰ ਯਾਦ ਰੱਖ ਲਵੇ ਤਾਂ ਰੋਜ਼ ਰੋਜ਼ ਨਵੀਆਂ ਜੁਰਾਬਾਂ ਖਰੀਦਣ ਤੋਂ ਉਸਦੇ ਪਤੀ ਨੂੰ ਮੁਕਤੀ ਮਿਲੇਗੀ।"

ਹੁਣ ਤੱਕ ਵਿਭਾ ਚੁੱਪ ਸੀ ਪਰ ਹੋਰ ਬਰਦਾਸ਼ਤ ਨਾ ਕਰ ਸਕੀ। ਪਰ ਆਪਣੇ ਗੁੱਸੇ ਨੂੰ ਛਿਪਾਉਂਦੇ ਹੋਏ ਹੱਸਣ ਦੀ ਕੋਸ਼ਿਸ਼ ਕਰਕੇ ਬੋਲੀ, "ਉਸ ਨੂੰ ਭਵਿੱਖ ਵਿਚ ਸ਼ਾਇਦ ਜ਼ੁਰਾਬਾਂ ਵਿਚ ਥੇਗਲੀ ਲਗਾਉਣ ਦੀ ਵੀ ਲੋੜ ਨਾ ਪਵੇ, ਜੇਕਰ ਲਗਾ ਵੀ ਦੇਵੇ ਤਾਂ ਸ਼ਾਇਦ ਉਸ ਦਾ ਪਤੀ ਪਹਿਨਣਾ ਹੀ ਨਾ ਚਾਹੇ। ਹਾਲੀਂ ਤਾਂ ਕੁਝ ਨਹੀਂ ਕਿਹਾ ਜਾ ਸਕਦਾ।"

ਖੇਤਰਮੋਹਨ ਬੋਲੇ, "ਕਿਉਂ ਨਹੀਂ ਕਿਹਾ ਜਾ ਸਕਦਾ। ਅੱਖ-ਕੰਨ ਖੁਲ੍ਹੇ ਰੱਖੋ ਤਾਂ ਜ਼ਰੂਰ ਕਿਹਾ ਜਾ ਸਕਦਾ ਹੈ। ਜੋ ਸੱਚਮੁੱਚ ਜਹਾਜ਼ ਚਲਾਉਂਦਾ ਹੈ, ਉਹ ਪਾਣੀ ਨੂੰ ਉਪਰੋਂ ਦੇਖਕੇ ਸਮਝ ਜਾਂਦਾ ਹੈ ਕਿ ਕਿੰਨਾ ਡੂੰਘਾ ਪਾਣੀ ਹੈ। ਭਾਬੀ ਜੀ ਨੇ ਤਾਂ ਜਹਾਜ਼ 'ਤੇ ਪੈਰ ਰੱਖਦੇ ਹੀ ਸਮਝ ਲਿਆ ਸੀ ਕਿ ਜ਼ਰਾ ਜਿਹੀ ਅਸਾਵਧਾਨੀ ਹੋਈ ਤਾਂ ਪੈਰ ਚਿੱਕੜ ਵਿੱਚ ਚਲਾ ਜਾਵੇਗਾ, ਇਸ ਲਈ ਤੁਹਾਨੂੰ ਬਹੁਤ ਧੰਨਵਾਦ ਦਿੰਦਾ ਹਾਂ। ਹੋਰ ਸ਼ੈਲੇਸ਼ ਦੇ ਪੱਖ ਵਿੱਚ ਤਾਂ ਲੱਖਾਂ-ਕਰੋੜਾਂ ਧੰਨਵਾਦ ਵੀ ਕਾਫੀ ਨਹੀਂ ਹੈ।"

ਊਸ਼ਾ ਸ਼ਰਮਾ ਕੇ ਨਿਮਰਤਾ ਨਾਲ, "ਆਪਣੇ ਘਰ ਵਿੱਚ ਆਪਣੇ ਪਤੀ ਦੇ ਹਾਲਾਤ ਸਮਝਣ ਦੀ ਕੋਸ਼ਿਸ਼ ਕਰਨ ਵਿੱਚ ਧੰਨਵਾਦ ਦੀ ਕੋਈ ਗੱਲ ਨਹੀਂ ਹੈ ਖੇਤਰਮੋਹਨ ਬਾਬੂ।"

ਇਸ ਗੱਲ ਦਾ ਉਤਰ ਵਿਭਾ ਨੇ ਦਿੱਤਾ। ਉਹ ਬੋਲੀ, "ਘੱਟ ਤੋਂ ਘੱਟ ਆਪਣੀ ਪਤਨੀ ਦਾ ਅਪਮਾਨ ਕਰਨ ਦਾ ਕੰਮ ਤਾਂ ਹੁੰਦਾ ਹੀ ਹੈ। ਤੇ ਫੇਰ ਕਿਸੇ ਨੂੰ ਉਲਟਾ-ਸਿੱਧਾ ਕਰਕੇ ਦੇਖਕੇ ਸ਼ਾਇਦ ਉਹਨਾਂ ਦੀ ਸ਼ਰਧਾ ਉਸਦੇ ਪ੍ਰਤੀ ਕੁੱਝ ਜ਼ਿਆਦਾ ਹੀ ਹੋ ਜਾਂਦੀ ਹੈ।"

ਊਸ਼ਾ ਨੇ ਸਿਰ ਉਪਰ ਚੁੱਕ ਕੇ ਪ੍ਰਸ਼ਨ ਕੀਤਾ, "ਪਤੀ ਦੇ ਹਾਲਾਤ ਨੂੰ ਸਮਝ ਕੇ ਚੱਲਣ ਦੀ ਕੋਸ਼ਿਸ਼

ਨੂੰ ਕੀ ਉਲਟਾ-ਸਿੱਧਾ ਕੰਮ ਕਰਨਾ ਕਹਿੰਦੇ ਹਨ ਨਣਦ ਜੀ ?"

ਖੇਤਰਮੋਹਨ ਨੇ ਉਸੇ ਪਲ ਕਿਹਾ, "ਨਹੀਂ, ਇਉਂ ਨਹੀਂ ਹੁੰਦਾ। ਧਰਤੀ 'ਤੇ ਕੋਈ ਵੀ ਸਿਆਣਾ ਮਨੁੱਖ ਇਹੋ ਜਿਹੀ ਗੱਲ ਜ਼ੁਬਾਨ 'ਤੇ ਨਹੀਂ ਲਿਆ ਸਕਦਾ। ਪਰ ਪਤੀ ਦੀ ਨਜ਼ਰਾਂ ਵਿੱਚ ਪਤਨੀ ਨੂੰ ਗਿਰਾਉਣ ਦੀ ਕੋਸ਼ਿਸ਼ ਨੂੰ ਕੀ ਕਹਿੰਦੇ ਹਨ, ਆਪਣੀ ਨਨਦ ਤੋਂ ਇਹ ਪੁੱਛ ਲੱਵੋ।"

ਅਚਾਨਕ ਵਿਭਾ ਦੇ ਮੂੰਹੋਂ ਕੁੱਝ ਨਹੀਂ ਨਿਕਲਿਆ। ਪਾਗਲਾਂ ਵਾਂਗ ਉਹ ਇਕ ਵਾਰ ਕਹਿਣ ਵਾਲੇ ਵੱਲ ਅਤੇ ਇਕ ਵਾਰ ਸ਼ੈਲੇਸ਼ ਵਲ ਦੇਖਣ ਲਗੀ। ਇੰਨੇ ਲੋਕਾਂ ਦੇ ਸਾਹਮਣੇ ਉਸਦਾ ਪਤੀ ਉਸ ਨੂੰ ਇਸ ਤਰ੍ਹਾਂ ਦੁੱਖੀ ਕਰ ਸਕਦਾ ਹੈ, ਉਸ ਨੂੰ ਵਿਸ਼ਵਾਸ ਹੀ ਨਹੀਂ ਹੋ ਰਿਹਾ ਸੀ। ਉਸ ਤੋਂ ਬਾਅਦ ਸ਼ੈਲੇਸ਼ ਵੱਲ ਦੇਖਦੇ ਹੋਏ ਅਚਾਨਕ ਉਹ ਰੋਣ ਲੱਗੀ। ਬੋਲੀ, "ਇਸਦੇ ਬਾਅਦ ਤਾਂ ਮੈਂ ਤੁਹਾਡੇ ਘਰ ਕਦੇ ਨਹੀਂ ਆ ਸਕਦੀ ਭਰਾਵਾ,ਮੈਂ ਹਮੇਸ਼ਾ ਲਈ ਵਿਦਾ ਲੈਂਦੀ ਹਾਂ।"

ਸ਼ੈਲੇਸ਼ ਵਿਆਕੁਲ ਹੋ ਉਠਿਆ। ਊਸ਼ਾ ਆਪਣਾ ਕੰਮ ਛੱਡ ਕੇ ਛੇਤੀ ਨਾਲ ਉਠ ਖੜੀ ਹੋਈ, ਵਿਭਾ ਦਾ ਹੱਥ ਫੜਕੇ ਬੋਲੀ, "ਅਸੀਂ ਤਾਂ ਤੁਹਾਨੂੰ ਕੁੱਝ ਨਹੀਂ ਕਿਹਾ।"

ਅਚਾਨਕ ਹਾਲਾਤ ਬੁਰੇ ਹੋ ਗਏ। ਇਸ ਝਮੇਲੇ ਵਿਚੋਂ ਉਠ ਕੇ ਖੇਤਰ ਮੋਹਨ ਬਾਹਰ ਚਲੇ ਗਏ। ਵਿਭਾ ਨੇ ਹੱਥ ਛੁਡਾ ਕੇ ਹੰਝੂ ਪੂੰਝਦੇ ਹੋਏ ਕਿਹਾ, "ਮੈਂ ਜਦੋਂ ਤੁਹਾਡੇ ਨਾਲ ਸਿਰਫ ਦੁਸ਼ਮਣੀ ਕਰ ਰਹੀ ਹਾਂ ਤਾਂ ਫੇਰ ਮੇਰਾ ਇਸ ਘਰ ਵਿੱਚ ਪ੍ਰਵੇਸ਼ ਕਰਨਾ ਠੀਕ ਨਹੀਂ ਹੈ।"

ਊਸ਼ਾ ਬੋਲੀ, "ਪਰ ਇਹ ਗੱਲ ਮੈਂ ਤਾਂ ਕਦੇ ਸੋਚੀ ਵੀ ਨਹੀਂ ਨਣਦ ਜੀ।"

ਵਿਭਾ ਨੇ ਧਿਆਨ ਹੀ ਨਹੀਂ ਦਿੱਤਾ। ਹੰਝੂਆਂ ਨਾਲ ਭਿੱਜੀ ਆਵਾਜ਼ ਨਾਲ ਕਹਿਣ ਲੱਗੀ, "ਅੱਜ ਉਹ ਸਪਸ਼ਟ ਕਹਿ ਗਏ, ਕਲ੍ਹ ਸ਼ਾਇਦ ਭਰਾ ਵੀ ਕਹਿ ਦੇਵੇ, ਉਹਨਾਂ ਦੇ ਨਵੇਂ ਪਰਵਾਰ ਦੇ ਵਿੱਚ ਵੀ ਕੁੱਝ ਕਹਿਣਾ ਮਤਲਬ ਬੇਇਜ਼ਤ ਹੋਣਾ। ਉਮਾ, ਘਰ ਚੱਲਣਾ ਹੈ ਤਾਂ ਚੱਲ।" ਇਹ ਕਹਿ ਕੇ ਉਹ ਹੇਠਾਂ ਉਤਰਦੀ ਹੋਈ ਬੋਲੀ, "ਭਾਬੀ ਜਦੋਂ ਨਹੀਂ ਹੈ ਤਾਂ ਇਸ ਘਰ ਵਿੱਚ ਪੈਰ ਰੱਖਣਾ ਵੀ ਮੇਰੀ ਗਲਤੀ ਹੈ। ਹੁਣ ਇਸ ਘਰ ਨਾਲ ਸਾਰੇ ਰਿਸ਼ਤੇ ਖ਼ਤਮ ਹੋ ਗਏ ਨੇ।" ਇਹ ਕਹਿ ਕੇ ਉਹ ਹੇਠਾਂ ਚਲੀ ਗਈ। ਸ਼ੈਲੇਸ਼ ਪਿੱਛੇ-ਪਿੱਛੇ ਹੇਠਾਂ ਆ ਕੇ ਸੰਕੋਚ ਵੱਸ ਬੋਲੇ, "ਚੰਗਾ, ਮੇਰੀ ਲਾਇਬਰੇਰੀ ਵਿੱਚ ਥੋੜੀ ਦੇਰ ਬੈਠ ਜਾ ਵਿਭਾ।"

ਵਿਭਾ ਗਰਦਨ ਹਿਲਾਉਂਦੇ ਹੋਏ ਬੋਲੀ, "ਨਹੀਂ,

60

ਪਰ ਮੇਰੀ ਭਾਬੀ ਨੂੰ ਭੁਲਾ ਨਾ ਦੇਣਾ ਭਰਾਵਾ। ਉਹਨਾਂ ਦੀ ਬੜੀ ਇੱਛਾ ਸੀ ਕਿ ਸੋਮੇਨ ਵਿਲਾਇਤ ਜਾ ਕੇ ਪੜ੍ਹੇ-ਲਿਖੇ-ਤੁਹਾਨੂੰ ਕਸਮ ਹੈ, ਉਸ ਨੂੰ ਬਰਬਾਦ ਨਾ ਕਰੋ। ਅੱਜ ਮੈਂ ਉਸ ਨੂੰ ਜਿਸ ਰੂਪ ਵਿੱਚ ਵੇਖਿਆ, ਜੇਕਰ ਉਸ ਨੂੰ ਇਹੀ ਸਿੱਖਿਆ ਮਿਲਦੀ ਰਹੀ ਤਾਂ ਅਸੀਂ ਸਮਾਜ ਵਿੱਚ ਮੂੰਹ ਨਹੀਂ ਵਿਖਾ ਸਕਾਂਗੇ।"

ਉਸਦੇ ਹੰਝੂਆਂ ਤੋਂ ਬੇਹਬਲ ਹੋ ਕੇ ਸ਼ੈਲੇਸ਼ ਮਿੰਨਤਾਂ ਕਰਦੇ ਹੋਏ, ਬੋਲੇ, "ਭੈਣ ਤੂੰ ਚੱਲ ਮੇਰੇ ਬਾਹਰ ਵਾਲੇ ਕਮਰੇ ਵਿੱਚ ਬੈਠ, ਇਸ ਤਰ੍ਹਾਂ ਚਲੀ ਗਈ ਤਾਂ ਮੈਨੂੰ ਬਹੁਤ ਕਸ਼ਟ ਹੋਵੇਗਾ।"

ਵਿਭਾ ਦੀਆਂ ਅੱਖਾਂ ਵਿੱਚੋਂ ਫੇਰ ਹੰਝੂ ਵਹਿਣ ਲੱਗੇ। ਸੋਮੇਨ ਦੇ ਭਵਿੱਖ ਬਾਰੇ ਸੋਚ ਕੇ ਜਾਂ ਕੋਈ ਹੋਰ ਗੱਲ ਸੋਚਕੇ, ਪਤਾ ਨਹੀਂ। ਦੁੱਪਟੇ ਨਾਲ ਹੰਝੂ ਪੂੰਝ ਕੇ ਬੋਲੀ, "ਮੈਂ ਕਿਤੇ ਨਹੀਂ ਬੈਠਣਾ ਚਾਹੁੰਦੀ ਵੀਰ, ਮਗਰ ਸੋਮੇਨ ਸਾਡੇ ਪਿਤਾ ਦਾ ਇੱਕਲਾ ਵਾਰਸ ਹੈ, ਉਸ ਦਾ ਧਿਆਨ ਰੱਖਣਾ, ਆਪਣੇ ਆਪ ਵਿਚ ਨਾ ਗੁਆਚ ਜਾਣਾ ਵੀਰ।" ਇਹ ਕਹਿ ਕੇ ਉਹ ਸਿੱਧੇ ਬਾਹਰ ਆ ਕੇ ਆਪਣੀ ਗੱਡੀ ਵਿੱਚ ਬੈਠ ਗਈ। ਉਮਾ ਸ਼ੁਰੂ ਤੋਂ ਚੁੱਪ ਸੀ, ਅਜੇ ਵੀ ਉਹ ਕੁੱਝ ਨਹੀਂ ਬੋਲੀ, ਬਸ ਵਿਭਾ ਦੇ ਨਾਲ ਗੱਡੀ ਵਿੱਚ ਜਾ ਕੇ ਬੈਠ ਗਈ।

ਸ਼ੈਲੇਸ਼ ਨਾਲ-ਨਾਲ ਉਥੇ ਆ ਗਏ, ਬੋਲੇ, "ਵਿਭਾ, ਸੋਮੇਨ ਨੂੰ ਤੂੰ ਲੈ ਜਾ। ਤੇਰੇ ਆਪਣੇ ਬੱਚੇ ਤਾਂ ਹਨ ਨਹੀਂ, ਉਸ ਨੂੰ ਆਪਣੇ ਹਿਸਾਬ ਨਾਲ ਪਾਲ ਲੈ।"

ਵਿਭਾ ਅਤੇ ਊਮਾ ਹੈਰਾਨੀ ਨਾਲ ਸ਼ੈਲੇਸ਼ ਵੱਲ ਵੇਖਣ ਲੱਗੀਆਂ। ਵਿਭਾ ਬੋਲੀ, "ਕਿਉਂ ਬੇਕਾਰ ਦੀ ਗੱਲ ਕਰ ਰਿਹਾ ਏਂ ਭਰਾ, ਇਹ ਤੁਸੀਂ ਨਹੀਂ ਕਰ ਸਕੋਂਗੇ-ਤੁਹਾਨੂੰ ਕਰਨ ਵੀ ਨਹੀਂ ਦੇਵੇਗੀ।

ਸ਼ੈਲੇਸ਼ ਜੋਸ਼ ਵਿੱਚ ਬੋਲੇ, "ਮੈਂ ਇਹ ਜ਼ਰੂਰ ਕਰਾਂਗਾ-ਮੈਂ ਤੈਨੂੰ ਇਹ ਵਚਨ ਦਿੱਤਾ।"

ਵਿਭਾ ਸ਼ੱਕ ਨਾਲ ਸਿਰ ਹਿਲਾਉਂਦੀ ਬੋਲੀ, "ਕਰ ਸਕਦੇ ਹੋ ਤਾਂ ਚੰਗੀ ਗੱਲ ਹੈ। ਉਸ ਨੂੰ ਭੇਜ ਦੇਣਾ। ਉਸ ਨੂੰ ਉੱਚ ਸਿੱਖਿਆ ਦੇਣ ਦਾ ਖ਼ਰਚਾ ਜੇਕਰ ਤੁਸੀਂ ਨਹੀਂ ਚੁੱਕ ਸਕਦੇ ਤਾਂ ਮੈਂ ਵਚਨ ਦਿੰਦੀ ਹਾਂ ਇਹ ਕੰਮ ਮੇਰਾ ਹੈ।" ਇਹ ਕਹਿ ਕੇ ਉਸਨੇ ਊਮਾ ਦੀ ਨਜ਼ਰਾਂ ਦਾ ਪਿੱਛਾ ਕਰਦੇ ਹੋਏ ਵੇਖਿਆ, ਉਪਰ ਬਰਾਂਡੇ ਵਿੱਚ ਖੜੀ ਊਸ਼ਾ ਉਹਨਾਂ ਨੂੰ ਵੇਖ ਰਹੀ ਸੀ। ਅਗਲੇ ਹੀ ਪਲ ਗੱਡੀ ਚਲੀ ਗਈ। ਉਹਨਾਂ ਦੇ ਜਾਣ ਮਗਰੋਂ ਸ਼ੈਲੇਸ਼ ਬੈਠਕ ਵਿੱਚ ਆ ਕੇ ਬੈਠ ਗਏ। ਉਪਰ ਜਾਣ ਦੀ ਇੱਛਾ ਵੀ ਨਹੀਂ ਹੋਈ, ਸਾਹਸ ਵੀ ਨਹੀਂ ਹੋਇਆ, ਊਸ਼ਾ ਨੇ ਸਾਰੀਆਂ ਗੱਲਾਂ ਸੁਣ ਲਈਆਂ ਹਨ, ਉਹ ਇਹ ਸਮਝ ਗਏ ਸੀ।

9

ਰਾਤ ਦਾ ਖਾਣਾ ਲਵਾ ਕੇ ਪਤੀ ਨੂੰ ਬੁਲਾਕੇ ਊਸ਼ਾ ਦੂਜੇ ਦਿਨਾਂ ਵਾਂਗ ਕੋਲ ਹੀ ਬੈਠੀ ਸੀ। ਸਿਰਫ ਸੋਮੇ ਨ ਅੱਜ ਉਸਦੇ ਕੋਲ ਨਹੀਂ ਸੀ। ਸ਼ਾਇਦ ਉਹ ਸੌਂ ਗਿਆ ਸੀ ਜਾਂ ਫਿਰ ਕੁਝ ਹੋਰ ਕਰ ਰਿਹਾ ਸੀ। ਸ਼ੈਲੇਸ਼ ਆਏ, ਉਨ੍ਹਾਂ ਦਾ ਚਿਹਰਾ ਗੰਭੀਰ ਸੀ। ਅਜਿਹਾ ਹੋਣਾ ਹੀ ਸੀ। ਬੇਕਾਰ ਦੇ ਪ੍ਰਸ਼ਨ ਪ੍ਰਛਣਾ ਊਸ਼ਾ ਦਾ ਸੁਭਾਅ ਨਹੀਂ ਹੈ। ਅੱਜ ਜੋ ਵੀ ਹੋਇਆ ਇਸ ਵਿਸ਼ਾ ਵਿਚ ਉਸਨੇ ਕੁਝ ਨਹੀਂ ਪੁਛਿਆ, ਅਤੇ ਜੋ ਨਹੀਂ ਜਾਣਦੀ ਉਸ ਨੂੰ ਜਾਣਨ ਦੀ ਵੀ ਕੋਈ ਜਗਿਆਸਾ ਨਹੀਂ ਦਿਖਾਈ। ਇਨ੍ਹਾਂ ਕੁਝ ਦਿਨਾਂ ਵਿਚ ਪਤਨੀ ਦੇ ਇਸ ਸੁਭਾਅ ਨੂੰ ਸ਼ੈਲੇਸ਼ ਸਮਝ ਚੁੱਕੇ ਸੀ। ਖਾਣਾ ਖਾਣ ਬੈਠ ਕੇ ਉਨ੍ਹਾਂ ਨੂੰ ਮਨ ਹੀ ਮਨ ਬਹੁਤ ਗੱਸਾ ਆਇਆ, ਪਰ ਉਨ੍ਹਾਂ ਨੂੰ ਯਕੀਨ ਨਹੀਂ ਹੋਇਆ। ਥੋੜੀ ਦੇਰ ਬਾਦ ਉਹ ਆਪਣੀ ਪਤਨੀ ਦਾ ਚਿਹਰਾ ਦੇਖਣ ਦੀ ਕੋਸ਼ਿਸ਼ ਕਰਨ ਲਗੇ, ਪਰ ਉਨ੍ਹਾਂ ਨੂੰ ਵਿਸ਼ਵਾਸ ਹੋ ਗਿਆ ਕਿ ਊਸ਼ਾ ਅੱਜ ਜਾਣ-ਬੁੱਝ ਕੇ ਰੌਸ਼ਨੀ ਵੱਲ ਪਿੱਠ ਕਰਕੇ ਬੈਠੀ ਹੈ। ਰੋਜ਼ ਦੀ ਤਰ੍ਹਾਂ ਉਹ ਅੱਜ ਠੀਕ ਤਰ੍ਹਾਂ ਖਾਣਾ ਨਹੀਂ ਖਾ ਸਕੀ। ਜਿਸ ਕਾਰਨ ਅੱਜ ਖਾਣੇ ਵਿਚ ਰੁਚੀ ਨਹੀਂ ਸੀ, ਉਹ ਕਾਰਨ ਅਲੱਗ ਸੀ ਫਿਰ ਵੀ ਕੁਝ ਨਹੀਂ

ਪੁੱਛੇ ਜਾਣ ਤੇ ਵੀ ਸੁਣਾ ਦਿੱਤਾ ਕਿ ਜਿਸ ਚੀਜ਼ ਦੀ ਆਦਤ ਨਾ ਹੋਵੇ ਉਹ ਖਾਣਾ ਪਹਿਨਣਾ ਦੋ ਚਾਰ ਦਿਨ ਚੱਲ ਸਕਦਾ ਹੈ, ਪਰ ਰੋਜ਼ਾਨਾ ਇਵੇਂ ਹੋਣ ਲਗੇ ਤਦ ਅਰੁਚੀ ਭਿਆਨਕ ਰੂਪ ਲੈ ਸਕਦੀ ਹੈ।

ਇਹ ਗੱਲ ਜੋ ਵੀ ਹੋਵੇ ਪਰ ਇਹ ਮਾਮਲਾ ਸੱਚ ਨਹੀਂ ਹੈ, ਜਾਣ ਕੇ ਊਸ਼ਾ ਚੁਪ ਰਹੀ। ਝੂਠ ਨੂੰ ਝੂਠ ਸਾਬਿਤ ਕਰਨ ਦੀ ਕੋਸ਼ਿਸ਼ ਉਸਦੀ ਕਦੇ ਨਹੀਂ ਰਹੀ। ਪਰ ਇਸ ਤਰ੍ਹਾਂ ਚੁਪਚਾਪ ਅਸਵੀਕਾਰ ਕਰਨ ਨਾਲ ਸਾਹਮਣੇ ਵਾਲੇ ਦਾ ਗੁੱਸਾ ਵੱਧ ਜਾਂਦਾ ਹੈ। ਇਸ ਲਈ ਸ਼ੈਲੇਸ਼ ਜਦੋਂ ਸੌਣ ਲਈ ਆਏ ਤਾਂ ਕਹਿਣ ਲਗੇ, "ਅਸੀਂ ਤੁਹਾਡੇ ਨਾਲ ਇੰਨੇ ਦਿਨਾਂ ਤਕ ਜ਼ਿਆਦਤੀ ਕੀਤੀ ਇਹ ਮੰਨਦਾ ਹਾਂ, ਪਰ ਇਸ ਦਾ ਅਰਥ ਇਹ ਤਾਂ ਨਹੀਂ ਕਿ ਅੱਜ ਜੋ ਤੁਸੀਂ ਕਹੋਗੀ, ਤੁਸੀਂ ਜੋ ਕਰੋਗੀ ਉਹੀ ਹੋਵੇਗਾ।"

ਏਨੀ ਮੁਸ਼ਕਿਲ ਗੱਲ ਸ਼ੈਲੇਸ਼ ਪਹਿਲੇ ਦਿਨ ਵੀ ਨਹੀਂ ਕਰ ਸਕੇ। ਊਸ਼ਾ ਸ਼ਾਇਦ ਮਨ ਹੀ ਮਨ ਚੌਂਕੀ, ਮਗਰ ਇਨ੍ਹਾਂ ਹੀ ਕਿਹਾ ਕਿ ਮੈਂ ਸਮਝੀ ਨਹੀਂ।

ਪਰ ਇਸ ਤਰ੍ਹਾਂ ਕਬੂਲ ਕਰਨ ਨਾਲ ਗੁੱਸਾ ਹੋਰ ਵੱਧ ਜਾਂਦਾ ਹੈ।

ਸ਼ੈਲੇਸ਼ ਬੋਲੇ, "ਤੁਹਾਨੂੰ ਸਮਝਣਾ ਚਾਹੀਦਾ ਸੀ। ਸਾਡੀ ਸਿੱਖਿਆ, ਸੰਸਕਾਰ, ਸਮਾਜ ਸਭ ਕੁਝ ਦੇ

64

ਉਲਟ ਇਸ ਘਰ ਨੂੰ ਜੇਕਰ ਤੁਸੀਂ ਆਪਣੇ ਪਿਤਾ ਦਾ ਘਰ ਬਣਾਉਣਾ ਚਾਹੋ ਤਾਂ ਸਾਡੇ ਵਰਗੇ ਲੋਕਾਂ ਲਈ ਕਿੰਨੀਂ ਮੁਸ਼ਕਿਲ ਹੋਵੇਗੀ। ਸੋਮੇਨ ਨੂੰ ਕੱਲ ਸ਼ਾਇਦ ਉਸਦੀ ਭੂਆ ਦੇ ਘਰ ਭੇਜਣਾ ਪਵੇਗਾ। ਤੁਸੀਂ ਕੀ ਕਹਿੰਦੇ ਹੋ ?"

ਊਸ਼ਾ ਬੋਲੀ, "ਉਸਦੇ ਭਲੇ ਦੇ ਲਈ ਜੇਕਰ ਇਹੋ ਜਿਹਾ ਕਰਨਾ ਜ਼ਰੂਰੀ ਹੈ ਤਾਂ ਜ਼ਰੂਰ ਕਰੋ।"

ਉਸਦੇ ਕਹਿਣ ਦੇ ਢੰਗ ਵਿਚ ਗੁੱਸਾ ਜਾਂ ਵਿਅੰਗ ਕੁਝ ਵੀ ਸਮਝ ਨਾ ਆਣ ਦੇ ਕਾਰਣ ਉਹ ਮੁਸ਼ਕਿਲ ਵਿਚ ਪੈ ਗਏ। ਇਹ ਸਭ ਕਿਉਂ ਕਹਿ ਰਹੇ ਹਨ, ਇਸਦਾ ਕਾਰਣ ਉਸਦੇ ਮਨ ਵਿਚ ਦ੍ਰਿੜ ਅਤੇ ਸਾਫ਼ ਨਹੀਂ ਸੀ ; ਪਰ ਇਹੋ ਜਿਹੇ ਕਮਜ਼ੋਰ ਪ੍ਰਕਿਰਤੀ ਦੇ ਵਿਅਕਤੀਆਂ ਦਾ ਸੁਭਾਅ ਹੀ ਇਹੋ ਜਿਹਾ ਹੈ ਕਿ ਉਹ ਕਾਲਪਨਿਕ ਮਨ ਦੀ ਪੀੜਾ ਅਤੇ ਅਸੰਗਤ ਅਭਿਮਾਨ ਦਾ ਦਰਵਾਜਾ ਫੜਕੇ ਇਕ-ਇਕ ਪੌੜੀ ਹੇਠਾਂ ਉਤਰਦੇ ਰਹਿੰਦੇ ਹਨ। ਇਕ ਪਲ ਮੌਨ ਰਹਿਕੇ ਬੋਲੇ, "ਹਾਂ, ਜ਼ਰੂਰਤ ਹੈ, ਇਹੀ ਸਭ ਕਹਿ ਰਹੇ ਹਾਂ। ਜੋ ਆਚਾਰ-ਵਿਹਾਰ, ਰੀਤੀ-ਨੀਤੀ ਅਸੀਂ ਨਹੀਂ ਮੰਨਦੇ, ਨਹੀਂ ਮੰਨ ਸਕਦੇ, ਉਨ੍ਹਾਂ ਨੂੰ ਲੈਕੇ ਬੇਕਾਰ ਵਿਚ ਹੀ ਭਰਾ-ਭੈਣ ਵਿਚ ਵਿਵਾਦ ਹੁੰਦਾ ਹੈ, ਸਮਾਜ ਵਿਚ ਹਾਸੇ ਦਾ ਪਾਤਰ ਬਨਣਾ ਪੈਂਦਾ ਹੈ-ਇਹ ਮੈਨੂੰ ਚੰਗਾ ਨਹੀਂ ਲਗਦਾ।"

ਊਸ਼ਾ ਨੇ ਕੋਈ ਵਿਰੋਧ ਨਹੀਂ ਕੀਤਾ, ਆਪਣੀ ਹੋਰ ਸਫਾਈ ਦੇਣ ਦੀ ਕੋਸ਼ਿਸ਼ ਤਕ ਨਹੀਂ ਕੀਤੀ, ਪਰ ਅਚਾਨਕ ਇਕ ਡੂੰਘਾ ਸਾਹ ਛੱਡਿਆ, ਸੁੰਨਸਾਨ ਕਮਰੇ ਵਿਚ ਉਸਦੀ ਆਵਾਜ਼ ਸ਼ੈਲੇਸ਼ ਦੇ ਕੰਨਾਂ ਤਕ ਪਹੁੰਚ ਗਈ। ਊਸ਼ਾ ਨੇ ਖ਼ੁਦ ਕੋਈ ਕਲੇਸ਼ ਨਹੀਂ ਕੀਤਾ ਸੀ, ਉਸਦਾ ਪੱਖ ਲੈਕੇ ਵਿਭਾ ਨੂੰ ਜੋ ਕੁਝ ਕਿਹਾ ਗਿਆ, ਉਸ ਵਿਚ ਵਿਚੋਂ ਇਕ ਸ਼ਬਦ ਵੀ ਊਸ਼ਾ ਨੇ ਨਹੀਂ ਕਿਹਾ ਸੀ, ਇਹ ਇਨ੍ਹਾਂ ਹੀ ਸੱਚ ਹੈ ਕਿ ਉਸਨੂੰ ਲੈਕੇ ਇਸ਼ਾਰਾ ਕਰਨਾ ਵੀ ਠੀਕ ਨਹੀਂ ਅਤੇ ਉਸਨੂੰ ਭੁਲਾਇਆ ਵੀ ਨਹੀਂ ਜਾ ਸਕਦਾ। ਖੇਤਰਮੋਹਨ ਦੀ ਗਲਤੀ ਦੀ ਸਜ਼ਾ ਕਿਸੀ ਹੋਰ ਨੂੰ ਨਹੀਂ ਦਿੱਤੀ ਜਾ ਰਹੀ-ਇਸ ਵਿਚ ਪ੍ਰਤਿਹਿੰਸਾ ਦਾ ਕੁਝ ਨਹੀਂ ਹੈ- ਇਸੀ ਗੱਲ ਨੂੰ ਪ੍ਰਮਾਣਿਤ ਕਰਨ ਲਈ ਉਹ ਫਿਰ ਬੋਲੇ, "ਜਿਸ ਵਿਲਾਇਤ ਜਾਕੇ ਪੜ੍ਹਾਈ ਕਰਨੀ ਹੈ, ਜਿਸ ਸਮਾਜ ਵਿਚ ਉਸ ਨੇ ਉਠਣਾ-ਬੈਠਣਾ ਹੈ, ਬਚਪਨ ਤੋਂ ਉਸੀ ਮਾਹੌਲ ਵਿਚ ਪਲਣਾ ਚੰਗਾ ਹੈ। ਬਚਪਨ ਉਸਦੇ ਉਲਟ ਮਾਹੌਲ ਕੱਟਣ ਦੇਣਾ ਉਸਦੇ ਪ੍ਰਤੀ ਜ਼ੁਲਮ ਹੋਵੇਗਾ।" ਇਹ ਕਹਿਕੇ ਇਕ ਪਲ ਉੱਤਰ ਦਾ ਇੰਤਜ਼ਾਰ ਕਰਕੇ ਬੋਲੇ, "ਇਸ ਵਿਸ਼ੇ ਬਾਰੇ ਤੁਹਾਡੇ ਕੋਲ ਕਹਿਣ ਨੂੰ ਕੁਝ ਨਹੀਂ ਹੈ ਇਹ ਹੋਰ ਗੱਲ ਹੈ। ਪਰ ਚੁੱਪ ਰਹਿਕੇ ਗਹਿਰੀ ਸਾਹ ਛੱਡਣਾ ਜਵਾਬ ਨਹੀਂ ਹੁੰਦਾ। ਸਭ ਕੁਝ

ਸੋਚ-ਸਮਝਕੇ ਹੀ ਸੋਮੇਨ ਦੇ ਸੰਬੰਧ ਵਿਚ ਅਸੀਂ ਇਹ ਫੈਸਲਾ ਲਿਆ ਹੈ।"

ਸੋਮੇਨ ਕੋਲ ਹੀ ਸੁੱਤਾ ਪਿਆ ਸੀ। ਇਸ ਘਰ ਵਿਚ ਹੋਰ ਦੂਜੀ ਕੋਈ ਔਰਤ ਨਾ ਹੋਣ ਕਾਰਣ ਜਦੋਂ ਤੋਂ ਊਸ਼ਾ ਆਈ ਹੈ ਉਦੋਂ ਤੋਂ ਉਹ ਉਸਨੂੰ ਆਪਣੇ ਨਾਲ ਸੁਆਉਂਦੀ ਹੈ। ਉਹ ਸੁੱਤੇ ਪਏ ਬੱਚੇ ਦੇ ਮੱਥੇ 'ਤੇ ਸਨੇਹ ਨਾਲ ਆਪਣਾ ਖੱਬਾ ਹੱਥ ਹੌਲੀ ਜਿਹੀ ਰਖਕੇ ਬੋਲੀ, "ਤੁਸੀਂ ਜੋ ਵੀ ਫੈਸਲਾ ਲਓਗੇ, ਬੇਟੇ ਦੇ ਭਲੇ ਲਈ ਹੀ ਲਓਗੇ, ਇਸਦੇ ਸਿਵਾ ਹੋਰ ਕੋਈ ਕੀ ਸੋਚ ਸਕਦਾ ਹੈ। ਠੀਕ ਹੈ, ਤੁਸੀਂ ਇਹੀ ਕਰੋ।"

ਬੱਤੀ ਬੁਝਾਕੇ ਕਮਰੇ ਦੇ ਇਕ ਕੋਨੇ ਵਿਚ ਤੇਲ ਦਾ ਦੀਵਾ ਟਿਮਟਿਮਾ ਰਿਹਾ ਸੀ ; ਉਸ ਹਲਕੀ ਰੋਸ਼ਨੀ ਵਿਚ ਆਪਣੇ ਬਿਸਤਰ 'ਤੇ ਬੈਠ ਕੇ ਸ਼ੈਲੇਸ਼ ਥੋੜੀ ਦੂਰ ਬਿਸਤਰ 'ਤੇ ਲੇਟੀ ਊਸ਼ਾ ਦੇ ਚਿਹਰੇ ਨੂੰ ਵੇਖਣ ਦੀ ਕੋਸ਼ਿਸ਼ ਕਰਕੇ ਬੋਲਿਆ, "ਫਿਰ ਉਹ ਸੋਮੇਨ ਦੀ ਪੜ੍ਹਾਈ ਦਾ ਸਾਰਾ ਖਰਚਾ ਵੀ ਦੇਵੇਗੀ। ਇਹ ਕੋਈ ਮਾਮੂਲੀ ਗੱਲ ਨਹੀਂ ਹੈ।"

ਊਸ਼ਾ ਦੀ ਆਵਾਜ਼ ਵਿਚ ਉਤੇਜਨਾ ਮਹਿਸੂਸ ਨਹੀਂ ਸੀ ਹੁੰਦੀ। ਸ਼ਾਂਤ-ਭਾਵ ਨਾਲ ਗੱਲ ਕਰਨਾ ਹੀ ਉਸਦਾ ਸੁਭਾਅ ਹੈ। ਬੋਲੀ, "ਨਹੀਂ, ਇਹ ਨਹੀਂ ਹੋ ਸਕਦਾ। ਮੇਰੇ ਆਪਣੇ ਪੁਤਰ ਦੀ ਪੜ੍ਹਾਈ ਦਾ ਖ਼ਰਚਾ ਮੈਂ ਉਸਨੂੰ ਨਹੀਂ ਦੇਣ ਦੇਵਾਂਗੀ।"

ਸ਼ੈਲੇਸ਼ ਬੋਲੇ, "ਉਸਦੇ ਲਈ ਬਹੁਤ ਰੁਪਏ ਚਾਹੀਦੇ ਹੋਣਗੇ।"

ਊਸ਼ਾ ਸ਼ਾਂਤ ਸੁਰ ਵਿਚ ਬੋਲੀ, "ਲੋੜ ਹੋਵੇਗੀ ਤਾਂ ਦੇਣੇ ਪੈਣਗੇ ਹੀ। ਜੇਕਰ ਹੁਣ ਤੁਸੀ ਹੋਰ ਰਾਤ ਕਾਲੀ ਨਾ ਕਰੋ, ਸੌਂ ਜਾਓ।"

ਅਗਲੇ ਦਿਨ ਦੁਪਹਿਰ ਦੇ ਬਾਦ ਸ਼ੈਲੇਸ਼ ਕਾਲਜ ਅਤੇ ਕਲਬ ਤੋਂ ਘਰ ਮੁੜੇ ਤਾਂ ਖਾਣੇ ਦੀ ਖੁਸ਼ਬੂ ਨਾਲ ਰੁਮਾਂਚਿਤ ਹੋਕੇ ਆਪਣੇ ਪੜ੍ਹਾਈ ਵਾਲੇ ਕਮਰੇ ਵਿਚ ਪੁੱਜੇ, ਥੋੜੀ ਦੇਰ ਬਾਦ ਚਾਹ ਅਤੇ ਨਾਸ਼ਤਾ ਲੈਕੇ ਜੋ ਵਿਅਕਤੀ ਆਇਆ, ਸ਼ੈਲੇਸ਼ ਨੇ ਦੇਖਿਆ ਉਹ ਮੁਸਲਮਾਨ ਸੀ।

ਰਾਤ ਨੂੰ ਖਾਣ ਵਾਲੇ ਕਮਰੇ ਦੀ ਬੱਤੀ ਜਲੀ, ਸਜੀ ਹੋਈ ਮੇਜ਼ ਦੇਖ ਕੇ ਸ਼ੈਲੇਸ਼ ਮਨ ਹੀ ਮਨ ਮਨ੍ਹਾਂ ਨਹੀਂ ਕਰ ਸਕੇ ਕਿ ਇਸਦੇ ਲਈ ਉਨ੍ਹਾਂ ਦਾ ਮਨ ਸੱਚਮੁਚ ਵਿਆਕੁਲ ਹੋ ਗਿਆ ਸੀ।

ਡਿਨਰ ਸ਼ੁਰੂ ਹੀ ਹੋਇਆ ਸੀ ਕਿ ਊਸ਼ਾ ਆਈ ਅਤੇ ਕੋਲ ਹੀ ਇਕ ਕੁਰਸੀ 'ਤੇ ਬੈਠ ਗਈ।

ਸ਼ੈਲੇਸ਼ ਦਾ ਮਨ ਖੁਸ਼ ਸੀ, ਮਜ਼ਾਕ ਕਰਦੇ ਹੋਏ ਬੋਲੇ, "ਕਮਰੇ ਵਿਚ ਆਏਗੀ ਤਾਂ ਧਰਮ ਭ੍ਰਿਸ਼ਟ ਨਹੀਂ ਹੋਵੇਗਾ ? ਸ਼ਾਸਤ੍ਰਾਂ ਵਿਚ ਲਿਖਿਆ ਹੈ ਕਿ ਸਿਰਫ਼ ਸੁੰਘਣ ਨਾਲ ਹੀ ਅੱਧਾ ਖਾਣਾ ਖਾਧਾ ਜਾਂਦਾ ਹੈ।"

ਊਸ਼ਾ ਹੱਸ ਕੇ ਬੋਲੀ, "ਤੁਹਾਡੀ ਇਹ ਗੱਲ ਸਹੀ ਨਹੀਂ ਹੈ। ਜਿਸ ਸ਼ਾਸਤ੍ਰ ਨੂੰ ਤੁਸੀਂ ਮੰਨਦੇ ਹੀ ਨਹੀਂ, ਉਸਦੀ ਦੁਹਾਈ ਦੇਣਾ ਨਹੀਂ ਜਚਦਾ।"

ਸ਼ੈਲੇਸ਼ ਵੀ ਹੱਸੇ। ਬੋਲੇ, "ਠੀਕ ਹੈ, ਹਾਰ ਮੰਨ ਲਈ। ਮੈਂ ਸ਼ਾਸਤ੍ਰ ਦੀ ਦੁਹਾਈ ਨਹੀਂ ਦਿਆਂਗਾ, ਪਰ ਤੁਸੀਂ ਵੀ ਭੱਜ ਨਾ ਜਾਣਾ। ਕਿਸਮਤ ਨਾਲ ਇਕ ਗੱਲ ਸੱਚ ਹੈ ਜੋ ਕੱਲ ਮੈਂ ਤੁਹਾਨੂੰ ਕਹੀ ਸੀ, ਇਸ ਲਈ ਤਾਂ ਅੱਜ ਇਹੋ ਜਿਹੀ ਚੀਜ਼ ਕਿਸਮਤ ਨਾਲ ਮਿਲੀ ਹੈ। ਠੀਕ ਕਹਿ ਰਿਹਾ ਹਾਂ ਨਾ ਊਸ਼ਾ? ਪਰ ਇਸ ਨਾਲ ਕੀ ਖ਼ਰਚਾ ਵੱਧ ਜਾਵੇਗਾ ?"

ਊਸ਼ਾ ਗਰਦਨ ਹਿਲਾ ਕੇ ਬੋਲੀ, "ਨਹੀਂ, ਕਿਸੀ ਚੀਜ਼ ਨੂੰ ਬੇਕਾਰ ਨਾ ਕਰੋ ਤਾਂ ਖ਼ਰਚਾ ਨਹੀਂ ਵੱਧਦਾ। ਅਗਲੇ ਮਹੀਨੇ ਤੋਂ ਮੈਂ ਖ਼ੁਦ ਹੀ ਇਹ ਸਭ ਕੁਝ ਕਰਨ ਬਾਰੇ ਸੋਚ ਰਹੀ ਸੀ। ਪਰ ਏਨਾ ਧਿਆਨ ਰਖਣਾ ਕਿ ਚੀਜ਼ਾਂ ਬੇਕਾਰ ਨਾ ਜਾਣ। ਮੇਰੇ ਖ਼ਰਚੇ ਦੇ ਹਿਸਾਬ ਵਿਚ ਜਿਵੇਂ ਲਿਖਿਆ ਹੈ ਉਵੇਂ ਹੀ ਚਲੇ। ਇੰਜ ਹੋਵੇਗਾ ਨਾ ?"

ਸ਼ੈਲੇਸ਼ ਹੈਰਾਨ ਹੋ ਕੇ ਬੋਲੇ, "ਕਿਉਂ ਨਹੀਂ ਹੋਵੇਗਾ ?"

ਇਕਦਮ ਊਸ਼ਾ ਇਸ ਗੱਲ ਦਾ ਉਤਰ ਨਹੀਂ ਦੇ ਸੀ। ਕੁਝ ਦੇਰ ਚੁੱਪ ਰਹਿਣ ਮਗਰੋਂ ਅਚਾਨਕ ਗਰਦਨ ਉਤਾਂਹ ਕਰਕੇ ਪਤੀ ਵੱਲ ਦੇਖਕੇ ਬੋਲੀ,

"ਕੱਲ੍ਹ ਸਾਰੀ ਰਾਤ ਸੋਚ-ਸੋਚ ਕੇ ਮੈਂ ਤੈਅ ਕੀਤਾ ਹੈ, ਉਸਨੂੰ ਬਦਲਣ ਦਾ ਹੁਕਮ ਨਾ ਦੇਣਾ, ਬਸ ਤੁਹਾਨੂੰ ਏਨੀ ਕੁ ਬੇਨਤੀ ਹੈ।"

ਸ਼ੈਲੇਸ਼ ਨੇ ਭਾਰੀ ਮਨ ਨਾਲ ਕਿਹਾ, "ਮੈਂ ਇੰਜ ਕਰਨ ਦੀ ਕਦੇ ਕੋਸ਼ਿਸ਼ ਨਹੀਂ ਕੀਤੀ ਊਸ਼ਾ। ਮੈਂ ਜਾਣਦਾ ਹਾਂ, ਤੁਹਾਡੇ ਸਿਧਾਂਤ ਤੁਹਾਡੇ ਹੀ ਕਾਬਲ ਹਨ। ਉਹ ਇਧਰ ਉਧਰ ਨਹੀਂ ਹੁੰਦੇ, ਹੋਣੇ ਵੀ ਨਹੀਂ ਚਾਹੀਦੇ। ਮੈਂ ਕਮਜ਼ੋਰ ਹਾਂ ਪਰ ਤੁਹਾਡਾ ਮਨ ਮਜ਼ਬੂਤ ਅਤੇ ਪੱਕਾ ਹੈ।"

ਆਪਣੇ ਪਤੀ ਦੇ ਚਿਹਰੇ 'ਤੋਂ ਨਜ਼ਰਾਂ ਹਟਾ ਕੇ ਊਸ਼ਾ ਹੌਲੀ ਅਵਾਜ਼ ਵਿਚ ਬੋਲੀ, "ਸੱਚਮੁਚ ਹੋਰ ਕੁਝ ਨਹੀਂ ਹੋ ਸਕਦਾ, ਮੈਂ ਬਹੁਤ ਸੋਚਿਆ।"

ਸ਼ੈਲੇਸ਼ ਨੇ ਸਮਝਿਆ ਕਿ ਇਹ ਗੱਲ ਸੋਮੇਨ ਦੇ ਵਿਸ਼ੇ ਵਿਚ ਹੈ। ਹੱਸ ਕੇ ਬੋਲੇ, "ਭੂਮਿਕਾ ਤਾਂ ਬਹੁਤ ਹੋ ਗਈ, ਹੁਣ ਕੀ ਸੋਚਿਆ ਹੈ ਇਹ ਦੱਸੋ। ਮੈਂ ਕਸਮ ਖਾਂਦਾ ਹਾਂ ਕਿ ਤੁਹਾਨੂੰ ਤੁਹਾਡਾ ਫੈਸਲਾ ਬਦਲਣ ਦੇ ਲਈ ਨਹੀਂ ਕਹਾਂਗਾ।"

ਊਸ਼ਾ ਮਿੰਟ ਕੁ ਚੁਪ ਬੈਠ ਰਹੀ। ਫਿਰ ਬੋਲੀ, "ਭਰਾ ਦੇ ਪਰਿਵਾਰ ਵਿਚ ਮੇਰਾ ਜੀਵਨ ਕਟ ਰਿਹਾ ਸੀ—ਕੋਈ ਮੁਸ਼ਕਿਲ ਨਹੀਂ ਸੀ। ਕਲ ਮੈਂ ਫਿਰ ਉਨ੍ਹਾਂ ਕੋਲ ਚਲੀ ਜਾਵਾਂਗੀ।"

"ਉਨ੍ਹਾਂ ਕੋਲ ਜਾਵੇਂਗੀ ? ਕਦੋਂ ਮੁੜੇਂਗੀ ?"

ਊਸ਼ਾ ਬੋਲੀ, "ਤੁਸੀਂ ਮੈਨੂੰ ਮਾਫ਼ ਕਰ ਦਿਜ਼, ਮੈਂ ਮੁੜ ਨਹੀਂ ਸਕਦੀ। ਮੈਂ ਬੜਾ ਸੋਚ ਵਿਚਾਰ ਕੇ ਦੇਖਿਆ ਹੈ ਕਿ ਮੈਂ ਇਥੇ ਨਹੀਂ ਰਹਿ ਸਕਦੀ। ਇਹੀ ਮੇਰਾ ਆਖ਼ਰੀ ਫ਼ੈਸਲਾ ਹੈ।"

ਇਹ ਸੁਣ ਕੇ ਸ਼ੈਲੇਸ਼ ਤਾਂ ਜਿਵੇਂ ਪੱਥਰ ਵਾਂਗ ਹੋ ਗਏ। ਉਨ੍ਹਾਂ ਦੇ ਦਿਲ ਵਿਚ ਜਿਵੇਂ ਘਸੁੰਨ ਵੱਜ ਰਹੇ ਹੋਣ, ਜਿਵੇਂ ਕੋਈ ਕਹਿ ਰਿਹਾ ਹੋਵੇ ਕਿ ਲੋਹੇ ਦੇ ਦਰਵਾਜ਼ੇ ਬੰਦ ਹੋ ਗਏ, ਉਨ੍ਹਾਂ ਨੂੰ ਤੋੜਣ ਦੀ ਹਿੰਮਤ ਇਸ ਸੰਸਾਰ ਵਿਚ ਕਿਸੇ ਵਿਚ ਨਹੀਂ ਹੈ।

10

ਸਵੇਰੇ ਨੀਂਦ ਖੁੱਲਦੇ ਹੀ ਸ਼ੈਲੇਸ਼ ਨੂੰ ਸਮਝ ਆਇਆ ਕਿ ਸਾਰੀ ਰਾਤ ਉਨ੍ਹਾਂ ਨੇ ਭੈੜੇ ਸੁਫਨੇ ਦੇਖੇ ਹਨ। ਖਿੜਕੀ ਵਿਚੋਂ ਦੇਖਿਆ ਤਾਂ ਊਸ਼ਾ ਆਪਣੇ ਰੋਜ਼ਾਨਾ ਦੇ ਕੰਮਾਂ ਵਿਚ ਲਗੀ ਹੋਈ ਸੀ- ਸੋਮੇਨ ਨਾਲ ਹੀ ਸੀ, ਸ਼ਾਇਦ ਖਾਣਾ ਮੰਗ ਰਿਹਾ ਹੈ। ਪੌੜੀਆਂ ਤੋਂ ਹੇਠਾਂ ਉਤਰਦੇ ਹੋਏ ਊਸ਼ਾ ਦਿਖੀ, "ਤੁਹਾਡੀ ਚਾਹ ਤਿਆਰ ਹੈ, ਹੱਥ-ਮੂੰਹ ਧੋਣ ਵਿਚ ਦੇਰ ਕਰੋਗੇ ਤਾਂ ਠੰਡੀ ਹੋ ਜਾਵੇਗੀ। ਜਲਦੀ ਕਰੋ।"

ਸ਼ੈਲੇਸ਼ ਬੋਲੇ, "ਠੀਕ ਹੈ, ਤੁਸੀਂ ਭੇਜ ਦਿਓ, ਮੈਂ ਇਕ ਮਿੰਟ ਵਿਚ ਆਉਂਦਾ ਹਾਂ।" ਕਹਿ ਕੇ ਭੱਜਦੇ

ਹੋਏ ਬਾਥਰੂਮ ਵਿਚ ਪੁੱਜੇ। ਮਨ ਹੀ ਮਨ ਬੋਲੇ, ਚੰਗਾ ਬੇਵਕੂਫ਼ ਹਾਂ ਮੈਂ। ਘਰੇਲੂ ਝਗੜੇ ਦੇ ਯੁੱਧ ਦੇ ਐਲਾਨ ਨੂੰ ਭੀਸ਼ਮ ਪ੍ਰਤਿੱਗਿਆ ਮੰਨ ਕੇ, ਸਾਰੀ ਰਾਤ ਚਿੰਤਾ ਅਤੇ ਅਸ਼ਾਂਤੀ ਨਾਲ ਕੱਟੀ, ਸਵੇਰੇ ਇਸ ਗੱਲ ਬਾਰੇ ਸੋਚ ਕੇ ਉਨ੍ਹਾਂ ਨੂੰ ਖ਼ੁਦ 'ਤੇ ਸਿਰਫ਼ ਹਾਸਾ ਹੀ ਨਹੀਂ ਬਲਕਿ ਸ਼ਰਮ ਵੀ ਆਈ। ਪਰਿਵਾਰ ਵਿਚ ਪਤੀ-ਪਤਨੀ ਦੇ ਝਗੜੇ ਕਾਰਨ ਇਨ੍ਹਾਂ ਛੋਟੀਆਂ-ਛੋਟੀਆਂ ਗੱਲਾਂ ਕਾਰਨ ਪਤਨੀ ਭਰਾ ਦੇ ਘਰ ਜਾਣ ਲਗੀ ਤਾਂ ਦੁਨੀਆਂ ਵਿਚ ਆਦਮ ਹੀ ਨਹੀਂ ਬਚੇਗੀ। ਸੋਮੇਨ ਦੀ ਮਾਂ ਹੁੰਦੀ ਤਾਂ ਵੀ ਦੋ-ਚਾਰ ਦਿਨ ਲਈ ਡਰ ਸੀ, ਪਰ ਊਸ਼ਾ ਵਰਗੀ ਪੱਕੀ ਹਿੰਦੂ ਇਸਤ੍ਰੀ, ਜੋ ਸਿਰਫ ਕਿਸੇ ਗੁੱਸੇ ਵਾਲੀ ਗੱਲ ਨੂੰ ਸੁਣ ਕੇ ਆਪਣੇ ਸੰਸਕਾਰ ਛੱਡ ਦੇਵੇਗੀ ਤਾਂ ਦੁਨੀਆਂ ਵਿਚ ਬਾਕੀ ਕੀ ਰਹੇਗਾ, ਇਹ ਸੋਚ ਕੇ ਉਨ੍ਹਾਂ ਦਾ ਡਰ ਅਤੇ ਚਿੰਤਾ ਖਤਮ ਹੋ ਗਈ ਤੇ ਦਿਲ ਸ਼ਾਂਤ ਹੋ ਗਿਆ। ਤੇ ਨਾ ਚਾਹੁੰਦੇ ਹੋਏ ਵੀ ਵਿਭਾ ਅਤੇ ਉਸਦੇ ਸਿੱਖਿਅਤ ਸਮਾਜ ਦੀਆਂ ਦੋ-ਚਾਰ ਪੜ੍ਹੀਆਂ-ਲਿਖੀਆਂ ਔਰਤਾਂ ਨਾਲ ਆਪਣੀ ਪਤਨੀ ਦੀ ਮਨ ਹੀ ਮਨ ਤੁਲਨਾ ਕਰਕੇ ਬੋਲੇ, 'ਰਹਿਣ ਦੇ ਬਾਬਾ, ਲੋੜ ਨਹੀਂ ਜੇਕਰ ਕਦੇ ਵੀ ਮੇਰੀ ਆਪਣੀ ਬੇਟੀ ਹੋਵੇ ਤਾਂ ਉਹ ਆਪਣੀ ਮਾਂ ਵਰਗੀ ਹੀ ਹੋਵੇ।' ਇਹ ਕਹਿ ਕੇ ਜਲਦੀ ਜਲਦੀ ਆਪਣਾ ਕੰਮ ਖ਼ਤਮ ਕਰਕੇ ਪੰਜ-ਛੇ

ਮਿੰਟਾਂ ਵਿਚ ਹੀ ਉਹ ਆਪਣੇ ਪੜ੍ਹਨ ਵਾਲੇ ਕਮਰੇ ਵਿਚ ਪੁੱਜ ਗਏ।

ਨਵਾਂ ਮੁਸਲਮਾਨ ਖਾਨਸਾਮਾ ਚਾਹ, ਡਬਲ ਰੋਟੀ, ਮੱਖਣ, ਕੇਕ ਆਦਿ ਨਾਸ਼ਤਾ ਲੈ ਕੇ ਆਇਆ, ਉਸ ਨੂੰ ਵੇਖਕੇ ਅਚਾਨਕ ਸ਼ੈਲੇਸ਼ ਤ੍ਰਭਕੇ। ਇਨ੍ਹਾਂ ਚੀਜ਼ਾਂ ਦੀ ਉਨ੍ਹਾਂ ਨੂੰ ਹਮੇਸ਼ਾ ਆਦਤ ਰਹੀ ਹੈ, ਵਿਚਕਾਰ ਕੁਝ ਦਿਨ ਰੁਕਾਵਟ ਆਈ ਸੀ ; ਪਰ ਜਦੋਂ ਸਮਾਨ ਮੇਜ਼ 'ਤੇ ਰਖ ਕੇ ਉਹ ਚਲਾ ਗਿਆ ਤਦ ਇਨ੍ਹਾਂ ਚੀਜ਼ਾਂ ਨੂੰ ਦੇਖ ਕੇ ਖਾਣ ਦੀ ਇੱਛਾ ਹੀ ਨਹੀਂ ਹੋਈ। ਊਸ਼ਾ ਜਦੋਂ ਤੋਂ ਘਰ ਆਈ ਸੀ ਓਦੋਂ ਤੋਂ ਇਨ੍ਹਾਂ ਦੇ ਬਦਲੇ ਨਮਕੀਨ, ਕਚੌਰੀ ਆਦਿ ਆਪਣੇ ਹੱਥੀਂ ਬਣਾਈਆਂ ਹੋਈਆਂ ਚੀਜ਼ਾਂ ਚਾਹ ਨਾਲ ਦੇਂਦੀ ਸੀ। ਉਹ ਖ਼ੁਦ ਵੀ ਉਥੇ ਮੌਜੂਦ ਹੁੰਦੀ ਸੀ, ਪਰ ਅੱਜ ਦੋਹਾਂ ਵਿਚੋਂ ਕਿਸੀ ਨੂੰ ਨਾ ਦੇਖ ਕੇ ਖਾਣ ਦੀ ਇੱਛਾ ਨਹੀਂ ਸੀ ਰਹੀ। ਸਿਰਫ਼ ਇਕ ਕੱਪ ਚਾਹ ਪੀ ਕੇ ਖਾਨਸਾਮੇ ਨੂੰ ਬੁਲਾ ਕੇ ਸਾਰਾ ਸਾਮਾਨ ਚੁਕਵਾ ਦਿਤਾ, ਅਤੇ ਪਰਦੇ ਦੇ ਬਾਹਰੋਂ ਜਾਣੀ-ਪਛਾਣੀ ਅਵਾਜ਼ ਸੁਣਨ ਦੀ ਆਸ ਵਿਚ ਕੰਨ ਖੜੇ ਰਖੇ। ਅਤੇ ਨਾਸ਼ਤਾ ਨਾ ਕਰਨ ਦਾ ਕਾਰਨ ਉਹ ਸਖ਼ਤ ਭਾਵ ਤੋਂ ਦੇਣ ਦੀ ਸੋਚ ਜਾਣ ਬੁੱਝ ਕੇ ਦੇਰ ਨਾਲ ਚਾਹ ਖ਼ਤਮ ਕੀਤੀ। ਤਦ ਤਕ ਚਾਹ ਠੰਡੀ ਹੋ ਚੁੱਕੀ ਸੀ। ਥੋੜ੍ਹੀ ਦੇਰ ਬਾਅਦ ਨੌਕਰ ਖ਼ਾਲੀ ਕੱਪ ਚੁੱਕ ਕੇ ਲੈ ਗਿਆ,

73

ਪਰ ਜਾਣੀ-ਪਛਾਣੀ ਅਵਾਜ਼ ਸੁਣਾਈ ਨਾ ਦਿੱਤੀ, ਊਸ਼ਾ ਕਮਰੇ ਵਿਚ ਨਹੀਂ ਆਈ।

ਦੁਪਹਿਰ ਹੋਣ ਵਾਲੀ ਸੀ। ਇਸ਼ਨਾਨ ਕਰਕੇ, ਖਾਣਾ ਖਾ ਕੇ ਕਾਲਜ ਲਈ ਤਿਆਰ ਹੋਣਾ ਹੈ। ਖਾਣ ਦੇ ਸਮੇਂ ਅੱਜ ਵੀ ਊਸ਼ਾ ਰੋਜ਼ਾਨਾ ਵਾਂਗ ਕੋਲ ਆ ਕੇ ਬੈਠ ਗਈ। ਉਸਦੀ ਬੇਨਤੀ ਅਤੇ ਗੱਲਾਂ ਨਾਲ ਘਰ ਵਿਚ ਕਿਸੇ ਨੂੰ ਕੋਈ ਭੇਦ ਪਤਾ ਨਹੀਂ ਚਲਿਆ, ਬਸ ਸ਼ੈਲੇਸ਼ ਨੂੰ ਪਤਾ ਚਲ ਰਿਹਾ ਸੀ। ਇਕ ਰਾਤ ਵਿਚ ਇਕ ਵਿਅਕਤੀ ਬਿਨਾਂ ਕੋਸ਼ਿਸ਼ ਦੇ, ਬਿਨਾਂ ਆਡੰਬਰ ਦੇ ਕਿੰਨੀ ਦੂਰ ਜਾ ਸਕਦਾ ਹੈ, ਇਹ ਜਾਣ ਕੇ ਉਹ ਹੈਰਾਨ ਰਹਿ ਗਏ। ਕਾਲਜ ਜਾਣ ਵਾਲ ਕਪੜੇ ਪਹਿਨ ਕੇ ਇਸ ਕਮਰੇ ਵਿਚ ਆਉਂਦੇ ਹੀ ਘਰ ਖਰਚ ਦੀ ਉਹ ਛੋਟੀ-ਜਿਹੀ ਕਾਪੀ ਨਜ਼ਰ ਆਈ। ਸ਼ਾਇਦ ਕੱਲ੍ਹ ਦੀ ਹੀ ਇੱਥੇ ਪਈ ਹੈ, ਉਨ੍ਹਾਂ ਨੇ ਧਿਆਨ ਨਹੀਂ ਦਿੱਤਾ-ਹੁਣੇ ਊਸ਼ਾ ਇਸਨੂੰ ਰੱਖ ਗਈ ਹੋਵੇ, ਇੰਜ ਸੰਭਵ ਨਹੀਂ ਹੈ, ਸੱਚ ਵੀ ਨਹੀਂ ਹੈ। ਅਜੇ ਮਹੀਨਾ ਖ਼ਤਮ ਨਹੀਂ ਹੋਇਆ ਹੈ-ਅਚਾਨਕ ਇਸ ਦੀ ਇਥੇ ਕੀ ਲੋੜ ? ਫਿਰ ਵੀ ਟਾਈ ਬੰਨਣੀ ਅਧੂਰੀ ਛੱਡਕੇ ਕੁਝ ਜਗਿਆਸਾ ਵਸ ਤੇ ਕੁਝ ਬੇਮਨੇ ਨਾਲ ਉਨ੍ਹਾਂ ਦੇ ਪੰਨੇ ਉਲਟਕੇ ਦੇਖਦੇ ਹੋਏ ਆਖਰੀ ਪੰਨੇ 'ਤੇ ਆਕੇ ਨਜ਼ਰਾਂ ਠਹਿਰ ਗਈਆਂ। ਹਰ ਪੰਨੇ 'ਤੇ ਇਕੋ ਗੱਲ—ਮਛਲੀ, ਸਾਗ, ਆਲੂ, ਪਰਮਲ,

ਚੌਲਾਂ ਦੀ ਬੋਰੀ, ਦੁੱਧ ਦੇ ਪੈਸੇ, ਨੌਕਰ ਦੀ ਤਨਖ਼ਾਹ—ਕੱਲ ਤਕ ਦੇ ਖ਼ਰਚੇ ਨੂੰ ਛੱਡ ਕੇ ਬਾਕੀ ਬਚੇ ਰੁਪਇਆਂ ਦਾ ਹਿਸਾਬ ਸਾਫ ਲਿਖਿਆ ਸੀ। ਇਹ ਲਿਖਣਾ ਓਦੋਂ ਸ਼ੁਰੂ ਹੋਇਆ ਸੀ ਜਦੋਂ ਉਹ ਇਲਾਹਾਬਾਦ ਵਿਚ ਸੀ। ਤਦ ਉਨ੍ਹਾਂ ਦਾ ਕੋਈ ਹੱਥ ਨਹੀਂ ਸੀ, ਅੱਜ ਵੀ ਜੇਕਰ ਇੱਥੇ ਹੀ ਇਸ ਦੀ ਸਮਾਪਤੀ ਹੋ ਜਾਏ, ਉਸ ਵਿਚ ਵੀ ਇਸ ਦਾ ਕੋਈ ਹੱਥ ਨਹੀਂ ਹੈ। ਬਹੁਤ ਦੇਰ ਤਕ ਸ਼ੈਲੇਸ਼ ਪਹਿਲੇ ਪੰਨੇ ਨੂੰ ਦੇਖਦੇ ਰਹੇ। ਇਹ ਚੀਜ਼ ਇਸ ਸੰਸਾਰ ਵਿਚ ਉਨ੍ਹਾਂ ਦੇ ਲਈ ਦੋ ਦਿਨ ਦਾ ਮਾਮਲਾ ਸੀ। ਪਹਿਲਾ ਉਹ ਨਹੀਂ ਸੀ ਅਤੇ ਅੱਗੇ ਵੀ ਜੇਕਰ ਨਾ ਰਹੇ ਤਾਂ ਉਨ੍ਹਾਂ ਦੀ ਦੁਨੀਆਂ ਰੁਕ ਨਹੀਂ ਜਾਵੇਗੀ। ਦੋ ਦਿਨਾਂ ਬਾਦ ਸ਼ਾਇਦ ਉਹ ਖ਼ੁਦ ਹੀ ਭੁੱਲ ਜਾਣਗੇ। ਫਿਰ ਵੀ ਕਿੰਨਾਂ ਕੁਝ ਮਹਿਸੂਸ ਹੁੰਦਾ ਹੈ। ਕਾਪੀ ਬੰਦ ਕਰਕੇ ਫਿਰ ਦੁਬਾਰਾ ਟਾਈ ਬੰਨ੍ਹਣ ਵਿਚ ਖ਼ੁਦ ਨੂੰ ਲਗਾ ਕੇ, ਅਚਾਨਕ ਇਹੀ ਗੱਲ ਉਨ੍ਹਾਂ ਨੂੰ ਸਭ ਤੋਂ ਵੱਡੀ ਲਗਣ ਲੱਗੀ ਕਿ ਇਸ ਦੁਨੀਆਂ ਵਿਚ ਕਿਸੇ ਚੀਜ਼ ਦਾ ਮੁੱਲ ਪਹਿਲਾਂ ਤੋਂ ਨਹੀਂ ਦੱਸਿਆ ਜਾ ਸਕਦਾ। ਇਸ ਕਾਪੀ ਦੀ, ਹਿਸਾਬ ਲਿਖਣ ਦੀ ਇਕ ਦਿਨ ਕੋਈ ਲੋੜ ਨਹੀਂ ਸੀ, ਅਤੇ ਫਿਰ ਇਕ ਦਿਨ ਇਹੀ ਸਭ ਫਾਲਤੂ ਹੋ ਗਿਆ।

ਆਖ਼ਰਕਾਰ ਕਪੜੇ ਪਹਿਨ ਕੇ ਸ਼ੈਲੇਸ਼ ਜਦੋਂ

ਬਾਹਰ ਚਲੇ ਗਏ ਤਦ ਚਾਹੁੰਦੇ ਹੋਏ ਵੀ ਤਾਂ ਊਸ਼ਾ ਨੂੰ ਬੁਲਵਾਕੇ ਕੁਝ ਨਾ ਪੁੱਛ ਸਕੇ। ਅਨਜਾਣੇ ਭੱਵਿਖ ਵਿਚ ਉਨ੍ਹਾਂ ਦਾ ਮਨ ਵਾਰ-ਵਾਰ ਠੋਕਰ ਖਾਣ ਲਗਿਆ, ਫਿਰ ਵੀ ਅਨਿਸ਼ਚਿਤ ਸ਼ੰਕਾ ਨੂੰ ਨਿਸ਼ਚਿਤ ਦੁਰਘਟਨਾ ਵਿਚ ਦ੍ਰਿੜ੍ਹ ਕਰਨ ਦੀ ਹਿੰਮਤ ਉਨ੍ਹਾਂ ਨੂੰ ਖੁਦ ਵਿਚ ਢੂੰਡਣ ਤੇ ਵੀ ਨਹੀਂ ਮਿਲੀ।

11

ਕਾਲਜ ਦੀ ਛੁੱਟੀ ਮਗਰੋਂ ਸ਼ੈਲੇਸ਼ ਸਿੱਧਾ ਵਿਭਾ ਦੇ ਘਰ ਚਲੇ ਗਏ। ਆ ਕੇ ਦੇਖਿਆ ਉਨ੍ਹਾਂ ਦਾ ਅਨੁਮਾਨ ਝੂਠਾ ਨਹੀਂ ਸੀ। ਭਣਵੱਈਆ ਨਹੀਂ ਗਿਆ ਸੀ ਅਤੇ ਇਸ ਵਿਚਕਾਰ ਉਥੇ ਸਭ ਠੀਕ ਵੀ ਹੋ ਚੁੱਕਾ ਹੈ, ਦੇਖ ਕੇ ਉਨ੍ਹਾਂ ਨੂੰ ਚੰਗਾ ਲਗਿਆ। ਬੋਲੇ, "ਵਿਭਾ, ਸੋਮੇਨ ਨੂੰ ਲੈਣ ਲਈ ਨਹੀਂ ਭੇਜਿਆ ਕਿਸੀ ਨੂੰ ?"

ਵਿਭਾ ਕੁਝ ਕਹਿਣ ਹੀ ਲਗੀ ਸੀ ਕਿ ਖੇਤਰਮੋਹਨ ਬੋਲੇ, "ਜਿਸ ਨੇ ਹਾਥੀ ਖਰੀਦਣਾ ਸੀ, ਉਹ ਨਹੀਂ ਹੈ।"

"ਇਸ ਦਾ ਮਤਲਬ ?"

ਖੇਤਰਮੋਹਨ ਬੋਲੇ, "ਤੁਸੀਂ ਉਹ ਕਹਾਣੀ ਨਹੀਂ ਸੁਣੀ ? ਇਕ ਸ਼ਰਾਬੀ ਨਸ਼ੇ ਵਿਚ ਗੁੱਟ ਰਾਜੇ ਦਾ

ਹਾਥੀ ਖ਼ਰੀਦਣਾ ਚਾਹੁੰਦਾ ਸੀ। ਅਗਲੇ ਦਿਨ ਉਸ ਨੂੰ ਫੜ ਕੇ ਲਿਆਂਦਾ ਗਿਆ ਅਤੇ ਇਸ ਬੇਅਦਬੀ ਦਾ ਕਾਰਣ ਪੁੱਛਿਆ ਤਾਂ ਉਹ ਹੱਥ ਜੋੜ ਕੇ ਬੋਲਿਆ, ਉਹ ਹਾਥੀ ਦਾ ਕੀ ਕਰੇਗਾ, ਕਿਉਂਕਿ ਹਾਥੀ ਦਾ ਖ਼ਰੀਦਾਰ ਤਾਂ ਜਾ ਚੁਕਿਆ ਹੈ। ਚਲਾ ਗਿਆ।" ਕਹਿਕੇ ਉਹ ਆਪਣੇ ਉਤੇ ਹੱਸਣ ਲਗੇ, ਹਾਸਾ ਰੁਕਣ 'ਤੇ ਬੋਲੇ, "ਇਹ ਕਹਾਣੀ ਭਾਬੀ ਨੂੰ ਸੁਣਾ ਕੇ ਉਨ੍ਹਾਂ ਨੂੰ ਨਾਰਾਜ਼ ਹੋਣ ਤੋਂ ਰੋਕਣਾ ਸ਼ੈਲੇਸ਼, ਸੱਚ ਦਾ ਖ਼ਰੀਦਾਰ ਹੁਣ ਨਹੀਂ ਹੈ- ਉਹ ਚਲਾ ਗਿਆ ਹੈ। ਮਾਂ ਤੋਂ ਜ਼ਿਆਦਾ, ਜੇਕਰ ਭੂਆ ਕੋਲ ਬੇਟਾ ਪਲਦਾ, ਤਾਂ ਮੈਂ ਕਰਜ਼ਾ ਲੈ ਕੇ ਵਿਭਾ ਨੂੰ ਇਕ ਹਾਥੀ ਹੀ ਖ਼ਰੀਦ ਦਿਆਗਾਂ।" ਇਹ ਕਹਿਕੇ ਉਹ ਵਿਭਾ ਤੋਂ ਛਿਪਾ ਕੇ ਮੂੰਹ ਘੁੱਟ ਕੇ ਹੱਸਣ ਲਗੇ।

ਪਰ ਸ਼ੈਲੇਸ਼ ਨੇ ਇਸ ਹਾਸੇ ਵਿਚ ਸਾਥ ਨਹੀਂ ਦਿੱਤਾ। ਕਿਤੇ ਮਜ਼ਾਕ ਦਾ ਬੁਰਾ ਮੰਨ ਕੇ ਵਿਭਾ ਫਿਰ ਗੁੱਸੇ ਨਾ ਹੋ ਜਾਵੇ, ਇਹ ਸੋਚ ਕੇ ਉਨ੍ਹਾਂ ਨੇ ਖ਼ੁਦ ਨੂੰ ਸੰਭਾਲੀ ਰਖਿਆ, ਉਹ ਚੁਪ ਰਹੇ, ਖੇਤਰਮੋਹਨ ਸ਼ਰਮਿੰਦਾ ਹੁੰਦੇ ਹੋਏ ਬੋਲੇ, "ਮਾਮਲਾ ਕੀ ਹੈ ਸ਼ੈਲੇਸ਼?"

ਸ਼ੈਲੇਸ਼ ਬੋਲੇ, "ਵਿਭਾ ਵੀ ਗੱਲ ਸੁਣ ਕੇ ਮੈਂ ਸੋਮੇਨ ਦੇ ਲਈ ਨਿਸ਼ਚਿੰਤ ਹੋ ਗਿਆ ਸੀ, ਪਰ ਜੇਕਰ ਇਹ ਨਹੀਂ ਹੋ ਸਕਦਾ ਤਾਂ ਮੈਨੂੰ ਕੋਈ ਹੋਰ ਇੰਤਜ਼ਾਮ ਕਰਨਾ ਹੀ ਪਵੇਗਾ।"

"ਜਾ ਰਹੀ ਹੈ ? ਕਿੱਥੇ ?"

ਸ਼ੈਲੇਸ਼ ਬੋਲੇ, "ਜਿੱਥੋਂ ਆਈ ਸੀ-ਆਪਣੇ ਭਰਾ ਦੇ ਘਰ।"

ਖੇਤਰਮੋਹਨ ਗੰਭੀਰ ਹੋ ਗਏ। ਆਪਣੀ ਪਤਨੀ ਨੂੰ ਤਿੱਖੀ ਨਜ਼ਰਾਂ ਨਾਲ ਦੇਖ ਕੇ ਬੋਲੇ, "ਮੈਨੂੰ ਇਸੇ ਗੱਲ ਦਾ ਡਰ ਸੀ ਸ਼ੈਲੇਸ਼।"

ਵਿਭਾ ਹੁਣ ਤਕ ਕੁਝ ਨਹੀਂ ਬੋਲੀ ਸੀ। ਪਤੀ ਦੇ ਪਰਿਚਿਤ ਸੁਰ ਦਾ ਅਰਥ ਉਹ ਸਮਝ ਗਈ, ਪਰ ਮੂੰਹ ਭੁਆਂ ਕੇ ਸਹਿਜ ਸੁਰ ਵਿਚ ਪੁੱਛਣ ਲਗੀ, "ਭਰਾ, ਮੈਨੂੰ ਜ਼ਰੀਆ ਬਣਾ ਕੇ ਤੁਸੀਂ ਇਹ ਕੀ ਕਰਨ ਲਗੇ ਹੋ ? ਜੇਕਰ ਇੰਜ ਹੈ ਤਾਂ ਮੈਂ ਵੀ ਮਨ੍ਹਾਂ ਨਹੀਂ ਕਰਾਂਗੀ, ਪਰ ਇਕ ਦਿਨ ਤੁਹਾਨੂੰ ਦੋਹਾਂ ਨੂੰ ਹੀ ਰੋਣਾ ਪਵੇਗਾ, ਅੱਜ ਹੀ ਦੱਸ ਦੇਂਦੀ ਹਾਂ ।"

ਸ਼ੈਲੇਸ਼ ਨੇ ਗਰਦਨ ਹਿਲਾ ਕੇ ਕਿਹਾ, "ਨਹੀਂ।" ਉਸ ਤੋਂ ਬਾਅਦ ਸ਼ੈਲੇਸ਼ ਨੇ ਮੁਸਲਮਾਨ ਨੌਕਰ ਨੂੰ ਰੱਖਣ ਤੋਂ ਲੈਕੇ ਸਵੇਰੇ ਘਰ ਖ਼ਰਚੇ ਦੀ ਕਾਪੀ ਦੇ ਬਾਰੇ ਵਿਚ ਸਭ ਕੁਝ ਦੱਸ ਕੇ ਕਿਹਾ, "ਪਰ ਮੈਂ ਉਸਨੂੰ ਰੋਕਾਂਗਾ ਨਹੀਂ। ਮਿੱਤਰਾਂ-ਰਿਸ਼ਤੇਦਾਰਾਂ ਵਿਚ ਇਹ ਗੱਲ ਉਠੇਗੀ ਅਤੇ ਇਸ ਨਾਲ ਮੇਰਾ ਜੱਸ ਨਹੀਂ ਵੱਧੇਗਾ, ਇਹ ਵੀ ਜਾਣਦਾ ਹਾਂ, ਪਰ ਮੇਰੀ ਗਲਤੀ ਦਾ ਸੁਧਾਰ ਹੋ ਗਿਆ, ਇਸ ਦੇ ਲਈ ਮੈਂ ਭਗਵਾਨ ਨੂੰ ਧੰਨਵਾਦ ਦਿਆਂਗਾ।"

ਵਿਭਾ ਚੁੱਪ ਬੈਠੀ ਰਹੀ, ਖੇਤਰਮੋਹਨ ਵੀ ਕਾਫ਼ੀ ਦੇਰ ਤਕ ਕੁਝ ਨਹੀਂ ਬੋਲੇ। ਸ਼ੈਲੇਸ਼ ਬੋਲੇ, "ਤੁਹਾਨੂੰ ਸਭ ਕੁਝ ਦੱਸਣਾ ਮੈਂ ਆਪਣਾ ਫ਼ਰਜ਼ ਸਮਝਦਾ ਹਾਂ। ਘੱਟ ਤੋਂ ਘੱਟ ਤੁਸੀਂ ਤਾਂ ਮੈਨੂੰ ਗਲਤ ਨਾ ਸਮਝੋ।"

ਖੇਤਰਮੋਹਨ ਜ਼ੋਰ ਨਾਲ ਸਿਰ ਹਿਲਾਂਦੇ ਹੋਏ ਬੋਲੇ, "ਨਹੀਂ-ਨਹੀਂ, ਉਨ੍ਹਾਂ ਵਿਚ ਇੰਨੀ ਹਿੰਮਤ ਕਿੱਥੇ, ਅੱਛਾ ਸ਼ੈਲੇਸ਼, ਭਵਾਨੀਪੁਰ ਵਿਚ ਜਿਹੜੀ ਇਕ ਵਾਰ ਗੱਲ ਚਲੀ ਸੀ, ਇਸ ਦੌਰਾਨ ਉਨ੍ਹਾਂ ਵਲੋਂ ਕੋਈ ਆਇਆ ਸੀ ਕੀ ?"

ਸ਼ੈਲੇਸ਼ ਪਰੇਸ਼ਾਨ ਹੋ ਕੇ ਬੋਲੇ, "ਤੁਹਾਡਾ ਇਸ਼ਾਰਾ ਇੰਨਾ ਬੁਰਾ ਅਤੇ ਹੀਣ ਹੈ ਕਿ ਖ਼ੁਦ ਨੂੰ ਸੰਭਾਲ ਸਕਣਾ ਮੁਸ਼ਕਿਲ ਹੈ। ਤੁਹਾਨੂੰ ਇੰਨਾ ਕਹਿ ਕੇ ਮਾਫ ਕੀਤਾ ਜਾ ਸਕਦਾ ਹੈ ਕਿ ਤੁਸੀਂ ਕਿੱਥੇ ਵਾਰ ਕੀਤਾ ਹੈ, ਇਹ ਤੁਸੀਂ ਨਹੀਂ ਜਾਣਦੇ।" ਇਹ ਕਹਿ ਕੇ ਗੁੱਸੇ ਵਿਚ ਇਧਰ-ਉਧਰ ਹਿੱਲ ਡੁੱਲ ਕੇ ਸਿੱਧੇ ਹੋ ਕੇ ਬੈਠ ਗਏ।

ਖੇਤਰਮੋਹਨ ਨੇ ਉਨ੍ਹਾਂ ਦੇ ਚਿਹਰੇ ਵੱਲ ਦੇਖਿਆ ਅਤੇ ਅਡੋਲ ਭਾਵ ਨਾਲ ਤੁਰੰਤ ਸਹਿਜਤਾ ਨਾਲ ਸਵੀਕਾਰ ਕੀਤਾ, "ਹਾਂ, ਇਹ ਠੀਕ ਹੈ। ਇਹ ਕਿਹੜੀ ਜਗ੍ਹਾ ਹੈ, ਮੈਂ ਸਮਝ ਨਹੀਂ ਸਕਿਆ।"

ਸ਼ੈਲੇਸ਼ ਨੂੰ ਇਹ ਗੱਲ ਚੁੱਭ ਗਈ। ਬੋਲੇ, "ਆਪਣੀ ਪਤਨੀ ਦੇ ਨਾਲ ਉਸ ਦਿਨ ਤੁਸੀਂ ਜੋ

ਵਿਉਹਾਰ ਕੀਤਾ-ਇਸ ਤੋਂ ਬਾਦ ਮੈਂ ਤੁਹਾਡੇ ਤੋਂ ਕੀ ਉਮੀਦ ਕਰ ਸਕਦਾ ਹਾਂ। ਤੁਹਾਡੇ ਅੰਹਕਾਰ ਨੂੰ ਚੋਟ ਪਹੁੰਚੇਗੀ, ਇਸਲਈ ਕਦੇ ਕੁਝ ਨਹੀਂ ਕਿਹਾ, ਪਰ ਬਹੁਤ ਪਹਿਲਾਂ ਹੀ ਕਹਿ ਦੇਣਾ ਠੀਕ ਸੀ।"

ਖੇਤਰਮੋਹਨ ਵਿਅੰਗਾਤਮਕ ਹਾਸਾ ਹੱਸਦੇ ਹੋਏ ਬੋਲੇ, "ਹਾਂ ਸ਼ੈਲੇਸ਼, it reminds; ਪਤਨੀ ਦੇ ਨਾਲ ਵਿਉਹਾਰ। ਅੱਜ ਤਕ ਠੀਕ ਤਰ੍ਹਾਂ ਸਿੱਖ ਨਹੀਂ ਸਕਿਆ, ਸਿੱਖਣ ਦੀ ਉਮਰ ਵੀ ਬੀਤ ਗਈ-ਜੇਕਰ ਤੁਸੀ ਇਸ ਵਿਸ਼ੇ 'ਤੇ ਇਕ ਕਿਤਾਬ ਲਿਖ ਜਾਂਦੇ ਤਾਂ—ਅੱਛਾ ਤੁਸੀਂ ਦੋਵੇਂ ਭਰਾ-ਭੈਣ ਕੁਝ ਸਲਾਹ-ਮਸ਼ਵਰਾ ਕਰੋ, ਮੈਂ ਹੁਣੇ ਆਉਂਦਾ ਹਾਂ।" ਇਹ ਕਹਿ ਕੇ ਅਚਾਨਕ ਉਹ ਖੜ੍ਹੇ ਹੋਏ ਅਤੇ ਬਾਹਰ ਚਲੇ ਗਏ।

ਸ਼ੈਲੇਸ਼ ਚੀਖ ਕੇ ਬੋਲੇ, "ਕਿਤਾਬ ਲਿਖਣ ਵਿਚ ਸ਼ਾਇਦ ਦੇਰ ਹੋ ਵੀ ਸਕਦੀ ਹੈ, ਜੇਕਰ ਓਦੋਂ ਤਕ ਏਨਾ ਸੁਣ ਲਵੋ, ਉਹ ਜੋ ਭਵਾਨੀ ਦਾ ਨਾਂ ਲੈ ਕੇ ਮਜ਼ਾਕ ਕੀਤਾ, ਉਹ ਮੇਰੀ ਕੋਈ ਖਬਰ ਲੈਣ ਜਾਂ ਨਾ ਲੈਣ। ਮੈਨੂੰ ਹੀ ਅੱਗੇ ਵੱਧ ਕੇ ਕੁਝ ਕਰਨਾ ਹੋਵੇਗਾ।"

ਖੇਤਰਮੋਹਨ ਨੇ ਦਰਵਾਜ਼ੇ ਦੇ ਬਾਹਰੋਂ ਸਿਰਫ ਏਨਾ ਕਿਹਾ, "ਜ਼ਰੂਰ ਕਰੋ। ਪਹਿਲਾਂ ਹੀ ਦੇਰ ਹੋ ਗਈ ਹੈ।"

ਅਗਲੀ ਸਵੇਰ ਖੇਤਰਮੋਹਨ ਪਟਲਡਾਂਗਾ ਵਾਲੇ ਘਰ ਪੁੱਜੇ। ਸ਼ੈਲੇਸ਼ ਨਹਾਉਣ ਦੀ ਤਿਆਰੀ ਕਰ ਰਹੇ ਸੀ। ਅਚਾਨਕ ਭਣਵੱਈਏ ਨੂੰ ਦੇਖਕੇ ਤ੍ਰਭਕ ਗਏ। ਕੱਲ੍ਹ ਜੋ ਵੀ ਹੋਇਆ ਉਸ ਤੋਂ ਬਾਅਦ ਏਨੀ ਜਲਦੀ ਉਨ੍ਹਾਂ ਦਾ ਇੱਥੇ ਆਉਣਾ, ਉਮੀਦ ਨਹੀਂ ਸੀ। ਮਨ ਹੀ ਮਨ ਸ਼ਰਮਸਾਰ ਹੋ ਕੇ ਬੋਲੇ, "ਕੀ ਅੱਜ ਹਾਈਕੋਰਟ ਬੰਦ ਹੈ ?"

ਖੇਤਰਮੋਹਨ ਹੱਸ ਕੇ ਬੋਲੇ, "ਪ੍ਰਸ਼ਨ ਬੇਕਾਰ ਹੈ।"

ਸ਼ੈਲੇਸ਼ ਬੋਲੇ, "ਤਾਂ ਕੀ ਪ੍ਰੈਕਟਿਸ ਛੱਡ ਦਿੱਤੀ?"

ਖੇਤਰਮੋਹਨ ਬੋਲੇ, "ਹੋਰ ਜ਼ਿਆਦਾ ਬੇਕਾਰ ਹੈ।"

ਸ਼ੈਲੇਸ਼ ਬੋਲੇ, "ਸ਼ਾਇਦ ਮੈਂ ਵੀ ਬੇਕਾਰ ਹਾਂ। ਮੇਰੇ ਨਹਾਉਣ ਦਾ ਸਮਾਂ ਹੋ ਗਿਆ ਹੈ, ਉਮੀਦ ਕਰਦਾ ਹਾਂ ਤੁਹਾਨੂੰ ਕੋਈ ਇਤਰਾਜ਼ ਨਹੀਂ ਹੈ।"

ਖੇਤਰਮੋਹਨ ਨੇ ਕਿਹਾ, "ਤੁਸੀਂ ਜਾ ਸਕਦੇ ਹੋ।"

ਪੂਜਾ ਘਰ ਇਸ ਕਮਰੇ ਵਿਚ ਨਹੀਂ ਸੀ। ਇਕ ਪਾਸੇ ਆਸਨ ਲਗਾ ਕੇ ਊਸ਼ਾ ਪੂਜਾ ਦੀ ਤਿਆਰੀ ਕਰ ਰਹੀ ਸੀ; ਆਵਾਜ਼ ਪਛਾਣ ਕੇ ਗਿੱਲੇ ਵਾਲਾਂ 'ਤੇ ਦੁਪੱਟਾ ਲੈਂਦੇ ਹੋਏ ਬੋਲੀ, "ਆਉ।"

ਖੇਤਰਮੋਹਨ ਕਮਰੇ ਵਿਚ ਆਉਂਦੇ ਹੀ ਤ੍ਰਭਕੇ। ਬੋਲੇ, "ਬੇਵਕਤ ਆ ਕੇ ਪਰੇਸ਼ਾਨ ਕੀਤਾ। ਕੀ ਅਚਾਨਕ ਪਿਤਾ ਦੇ ਘਰ ਜਾਣ ਦਾ ਮਨ ਕਰ ਆਇਆ ਹੈ ? ਕੀ ਪਿਤਾ ਜੀ ਬੀਮਾਰ ਹਨ ?"

ਊਸ਼ਾ ਬੋਲੀ, "ਪਿਤਾ ਜੀ ਦਾ ਸਵਰਗਵਾਸ ਹੋ ਚੁੱਕਾ ਹੈ।"

"ਓਹ ! ਤਾਂ ਕੀ ਮਾਂ ਬੀਮਾਰ ਹੈ ?"

ਊਸ਼ਾ ਬੋਲੀ, "ਉਹ ਤਾਂ ਪਿਤਾ ਜੀ ਤੋਂ ਪਹਿਲਾਂ ਚਲੀ ਗਈ।"

ਖੇਤਰਮੋਹਨ ਹੈਰਾਨੀ ਨਾਲ ਬੋਲੇ, "ਤਾਂ ਤੁਸੀਂ ਜਾ ਕਿੱਥੇ ਰਹੇ ਹੋ ?"

"ਭਰਾ ਦੇ ਘਰ।"

"ਕੌਣ ਹੈ ? ਇਹੋ ਜਿਹੀ ਜਗ੍ਹਾ ਤਾਂ ਜਾਣਾ ਹੋ ਹੀ ਨਹੀਂ ਸਕਦਾ। ਸ਼ੈਲੇਸ਼ ਨੂੰ ਛੱਡੋ ਅਸੀਂ ਤਿਆਰ ਨਹੀਂ ਹੋ ਸਕਦੇ।"

ਊਸ਼ਾ ਸਿਰ ਝੁਕਾਏ ਹੋਏ ਮੁਸਕੁਰਾਂਦੇ ਹੋਏ ਬੋਲੀ, "ਨਹੀਂ ਹੋ ਸਕਦੇ ?"

"ਨਹੀਂ, ਕਦੇ ਵੀ ਨਹੀਂ।"

"ਪਰ ਹੁਣ ਤਕ ਤਾਂ ਭਰਾ ਦੇ ਘਰ ਹੀ ਜ਼ਿੰਦਗੀ ਕਟੀ ਹੈ ਖੇਤਰਬਾਬੂ। ਕੁਝ ਵੀ ਅਸੰਭਵ ਨਹੀਂ ਸੀ।"

ਖੇਤਰਬਾਬੂ ਬੋਲੇ, "ਜੇਕਰ ਜਾਣਾ ਹੀ ਹੈ ਤਾਂ ਕਿੰਨੇਂ ਦਿਨਾਂ ਬਾਦ ਮੁੜੋਗੇ, ਸੱਚ-ਸੱਚ ਦੱਸਣਾ, ਨਹੀਂ ਤਾਂ ਤੁਸੀਂ ਨਹੀਂ ਜਾ ਸਕਦੇ।" ਊਸ਼ਾ ਚੁੱਪ ਰਹੀ। ਖੇਤਰਮੋਹਨ ਬੋਲੇ, "ਪਰ ਸੋਮੇਨ ?"

ਊਸ਼ਾ ਬੋਲੀ, "ਉਸਦੇ ਲਈ ਭੂਆ ਹੈ।"

ਖੇਤਰਮੋਹਨ ਅਚਾਨਕ ਹੱਥ ਜੋੜ ਕੇ ਬੋਲੇ, "ਉਹ ਮੇਰੀ ਪਤਨੀ ਹੈ। ਮੈਂ ਉਸ ਵਲੋਂ ਮਾਫ਼ੀ ਮੰਗਦਾ ਹਾਂ।"

ਊਸ਼ਾ ਚੁੱਪ ਰਹੀ।

"ਮਾਫ਼ ਨਹੀਂ ਕਰੇਂਗੀ ?"

ਊਸ਼ਾ ਉਵੇਂ ਹੀ ਚੁਪ ਬੈਠੀ ਰਹੀ। ਕੁਛ ਦੇਰ ਉਤਰ ਦਾ ਇੰਤਜ਼ਾਰ ਕਰਕੇ ਖੇਤਰਮੋਹਨ ਡੂੰਘਾ ਸਾਹ ਛੱਡਦੇ ਹੋਏ ਹੌਲੀ-ਹੌਲੀ ਬੋਲੇ, "ਦੁਨੀਆਂ ਵਿਚ ਅਪਰਾਧ ਹੈ ਤਾਂ ਉਸਦੇ ਲਈ ਦੁੱਖ ਭੋਗਣੇ ਪੈਂਦੇ ਹਨ ਤੇ ਇੰਜ ਹੋਣਾ ਵੀ ਚਾਹੀਦਾ ਹੈ। ਪਰ ਇਸਦਾ ਇਨਸਾਫ਼ ਕਿਉਂ ਨਹੀਂ ਹੈ ?"

ਊਸ਼ਾ ਬੋਲੀ, "ਭਾਵ, ਇਕ ਦੀ ਸਜ਼ਾ ਦੂਜੇ ਨੂੰ ਕਿਉਂ ਮਿਲਦੀ ਹੈ ਇਹੀ ਨਾ ? ਸ਼ਾਇਦ ਏਨਾ ਹੀ ਜਾਣਦੀ ਹਾਂ, ਪਰ ਕਿਉਂ, ਇਹ ਨਹੀਂ ਜਾਣਦੀ ਖੇਤਰਬਾਬੂ।"

"ਕਦੋਂ ਜਾ ਰਹੀ ਹੈਂ ?"

"ਭਰਾ ਲੈਣ ਆਵੇਗਾ। ਸ਼ਾਇਦ ਕੱਲ੍ਹ।"

ਖੇਤਰਮੋਹਨ ਬਾਬੂ ਕੁਝ ਦੇਰ ਚੁੱਪ ਰਹਿ ਕੇ ਬੋਲੇ, "ਮੈਂ ਸੋਚਿਆ ਸੀ ਕਿ ਇਕ ਗੱਲ ਹੈ ਜੋ ਕਦੇ ਤੁਹਾਨੂੰ ਨਹੀਂ ਦੱਸਾਂਗਾ। ਪਰ ਅੱਜ ਲਗ ਰਿਹਾ ਹੈ ਛਿਪਾਉਣਾ ਮੇਰਾ ਅਪਰਾਧ ਹੋਵੇਗਾ। ਤੁਹਾਡੇ ਆਉਣ ਤੋਂ ਪਹਿਲਾ ਇਸ ਘਰ ਵਿਚ ਕਿਸੀ ਹੋਰ ਦੇ ਆਉਣ

ਦੀ ਸੰਭਾਵਨਾ ਹੋਈ ਸੀ। ਲਗਦਾ ਹੈ ਉਹ ਸਾਜ਼ਿਸ਼ ਅਜੇ ਖ਼ਤਮ ਨਹੀਂ ਹੋਈ।”

ਊਸ਼ਾ ਬੋਲੀ, “ਮੈਂ ਜਾਣਦੀ ਹਾਂ।”

ਖੇਤਰਮੋਹਨ ਬੋਲੇ, “ਤਾਂ ਕੀ ਨਾਰਾਜ਼ ਹੋ ਕੇ ਉਸ ਸਾਜ਼ਿਸ਼ ਨੂੰ ਕਾਮਯਾਬ ਹੋਣ ਦੇਵੇਂਗੀ ? ਏਨਾ ਕੀ-”

ਗੱਲ ਪੂਰੀ ਨਹੀਂ ਹੋ ਸਕੀ। ਊਸ਼ਾ ਸ਼ਾਂਤ ਆਵਾਜ਼ ਵਿਚ ਬੋਲੀ, “ਕਾਮਯਾਬ ਹੋਵੇ ਜਾਂ ਨਾ ਹੋਵੇ ਖੇਤਰਮੋਹਨ ਬਾਬੂ, ਮੈਨੂੰ ਤੁਸੀਂ ਮਾਫ ਕਰੋ—” ਇਹ ਕਹਿਕੇ ਊਸ਼ਾ ਨੇ ਦੋਵੇਂ ਹੱਥ ਜੋੜ ਕੇ ਏਨੀ ਦੇਰ ਬਾਅਦ ਖੇਤਰਮੋਹਨ ਵੱਲ ਦੇਖਿਆ।

ਉਸ ਨਜ਼ਰ ਨੂੰ ਖੇਤਰਮੋਹਨ ਚੁੱਪਚਾਪ ਦੇਖਦੇ ਰਹੇ।

12

ਸ਼ੈਲੇਸ਼ ਨੇ ਪਤਨੀ ਦੇ ਨਾਲ ਗੱਲਬਾਤ ਬੰਦ ਕਰ ਦਿੱਤੀ ਪਰ ਊਸ਼ਾ ਨੇ ਇੰਜ ਨਹੀਂ ਕੀਤਾ। ਉਸਦੇ ਆਚਰਨ ਵਿਚ ਜ਼ਰਾ ਵੀ ਬਦਲਾਵ ਨਹੀਂ ਸੀ-ਘਰ ਦੇ ਕੰਮਕਾਰ ਉਹ ਰੋਜ਼ਾਨਾ ਵਾਂਗ ਕਰ ਰਹੀ ਸੀ। ਸ਼ੈਲੇਸ਼ ਕੁਝ ਪੁੱਛ ਨਹੀਂ ਪਾ ਰਹੇ ਸੀ, ਜਦਕਿ ਇਹ ਸੋਚ-ਸੋਚ ਕੇ ਪਰੇਸ਼ਾਨ ਹੋ ਰਹੇ ਸੀ ਕਿ ਜੋ ਵਿਅਕਤੀ ਹਮੇਸ਼ਾ ਦੇ ਲਈ ਜਿਸ ਘਰ ਨੂੰ ਛੱਡ ਕੇ ਜਾ ਰਿਹਾ ਹੈ, ਉਸੇ ਘਰ ਦੇ ਪ੍ਰਤੀ ਉਸਨੂੰ ਏਨਾ

ਪਿਆਰ ਕਿਵੇਂ ਹੈ ? ਅੱਜ ਸਵੇਰੇ ਹੀ ਉਨ੍ਹਾਂ ਨੇ ਸੁਣਿਆ ਕਿ ਨਵੇਂ ਨੌਕਰ ਨੇ ਦੀਵਾਰ ਨਾਲ ਹੱਥ ਪੂੰਝ ਦਿੱਤੇ ਤਾਂ ਊਸ਼ਾ ਉਸਨੂੰ ਡਾਂਟ ਰਹੀ ਸੀ। ਕੰਮ ਵਿਚ ਗਲਤੀ ਕਰਨਾ ਉਸਦੇ ਸੁਭਾਅ ਵਿਚ ਨਹੀਂ ਹੈ, ਜੇ ਹੋਈ ਵੀ ਹੋਵੇ ਤਾਂ ਸ਼ੈਲੇਸ਼ ਨੇ ਕਦੇ ਨਹੀਂ ਦੇਖਿਆ। ਊਸ਼ਾ ਨੂੰ ਚੰਗੀ ਤਰ੍ਹਾਂ ਸਮਝਣ ਦਾ ਸਮਾਂ ਉਨ੍ਹਾਂ ਨੂੰ ਮਿਲਾ ਹੀ ਨਹੀਂ, ਉਸਨੂੰ ਬਹੁਤ ਘੱਟ ਸਮਝਦੇ ਸੀ, ਪਰ ਜਿੰਨਾ ਵੀ ਜਾਣਦੇ ਸੀ ਉਸੇ ਵਿਚ ਏਨਾ ਸਮਝ ਗਏ ਕਿ ਹੁਣ ਉਹ ਜਾਣ ਦਾ ਵਿਚਾਰ ਨਹੀਂ ਛੱਡੇ ਗੀ। ਆਮ ਆਦਮੀ ਨੂੰ ਇਸ ਉਮਰ ਵਿਚ ਜਿੰਨੀ ਸਮਝ ਹੁੰਦੀ ਹੈ, ਉਸ ਗਿਆਨ ਤੋਂ ਅਲਗ ਉਸ ਦੀ ਅੱਖ ਵਿਚ ਹਾਸਾ ਅਤੇ ਦੂਜੀ ਵਿਚ ਹੰਝੂ ਜਿਵੇਂ ਉਸ ਦੇ ਮਨ ਨੂੰ ਝੂਲੇ ਵਿਚ ਝੁੱਲਾ ਰਹੇ ਹਨ।

ਖੇਤਰਮੋਹਨ ਸਿੱਧੇ ਰਸੋਈ ਦੇ ਦਰਵਾਜ਼ੇ ਕੋਲ ਪੁੱਜੇ, "ਪ੍ਰਸ਼ਾਦ ਮਿਲਣ ਵਿਚ ਕਿੰਨੀ ਦੇਰ ਹੈ ਭਾਬੀ ?"

ਊਸ਼ਾ ਸਿਰ ਦਾ ਪੱਲਾ ਠੀਕ ਕਰਕੇ ਹੱਸਦੀ ਹੋਈ ਬੋਲੀ, "ਇਹ ਗੱਲ ਤੁਸੀ ਉਨ੍ਹਾਂ ਤੋਂ ਜਾ ਕੇ ਪੁੱਛੋ, ਮੇਰੇ ਵਲੋਂ ਤੋਂ ਸਭ ਤਿਆਰ ਹੈ।"

ਖੇਤਰਮੋਹਨ ਬੋਲ, "ਤੁਹਾਨੂੰ ਠੱਗਿਆ ਨਹੀਂ ਜਾ ਸਕਦਾ, ਪਰ ਮੈਂ ਖੁਦ ਹੀ ਠੱਗਿਆ ਗਿਆ। ਖਾਣੇ ਦੀ ਖੁਸ਼ਬੂ ਦੇਖ ਕੇ ਪੇਟ ਭਰਿਆ ਹੋਣ ਦੇ ਬਾਵਜੂਦ ਵੀ ਲਾਲਚ ਆ ਰਿਹਾ ਹੈ ਭਾਬੀ, ਪਰ ਬੀਮਾਰ ਹੋਣ

ਦਾ ਡਰ ਲਗਦਾ ਹੈ। ਫਿਰ ਵੀ ਸੱਦਾ ਕੈਂਸਲ ਕਰਨ ਨਾਲ ਗੱਲ ਨਹੀਂ ਬਣੇਗੀ, ਕਿਸੇ ਹੋਰ ਦਿਨ ਆ ਕੇ ਖਾਵਾਂਗਾ।"

ਊਸ਼ਾ ਚੁੱਪ ਰਹੀ। ਖੇਤਰਮੋਹਨ ਬੋਲੇ, "ਤੁਹਾਡਾ ਬੇਟਾ ਕਿੱਥੇ ਹੈ ?"

ਊਸ਼ਾ ਬੋਲੀ, "ਪਤਾ ਨਹੀਂ ਅੱਜ ਉਸਨੂੰ ਕੀ ਹੋਇਆ, ਸਕੂਲ ਹੀ ਨਹੀਂ ਸੀ ਜਾਣਾ ਚਾਹੁੰਦਾ। ਕਿਸੀ ਤਰ੍ਹਾਂ ਉਸ ਨੂੰ ਖੁਆ-ਪਿਆ ਕੇ ਹੁਣੇ-ਹੁਣੇ ਸਕੂਲ ਭੇਜਿਆ ਹੈ।"

ਖੇਤਰਮੋਹਨ ਬੋਲੇ, "ਉਹ ਤੁਹਾਨੂੰ ਬਹੁਤ ਪਿਆਰ ਕਰਦਾ ਹੈ।" ਫਿਰ ਹੱਸ ਕੇ ਬੋਲੇ, "ਚੰਗੀ ਗੱਲ ਹੈ, ਤੁਸੀਂ ਆਪਣੇ ਪਿਤਾ ਦੇ ਘਰ ਜਾਣਾ ਸੀ, ਕੀ ਹੋਇਆ ? ਅਸਲ ਵਿਚ ਭਾਬੀ ਗੁੱਸੇ ਵਿਚ ਜੇਕਰ ਤੁਹਾਡੇ ਮੂੰਹ ਤੋਂ ਵੀ ਬੇਕਾਰ ਗੱਲ ਨਿਕਲ ਜਾਵੇ ਤਾਂ ਇਸ ਦੁਨੀਆਂ ਵਿਚ ਭਰੋਸਾ ਕਰਨ ਲਾਇਕ ਕੁਝ ਬਚਦਾ ਹੀ ਨਹੀਂ।"

ਊਸ਼ਾ ਨੇ ਇਸ ਸ਼ਿਕਾਇਤ ਦਾ ਕੋਈ ਉੱਤਰ ਨਹੀਂ ਦਿੱਤਾ, ਸਿਰ ਝੁਕਾਈ ਚੁੱਪ ਬੈਠੀ ਰਹੀ। ਉਥੋਂ ਨਿਕਲ ਕੇ ਖੇਤਰਮੋਹਨ ਸ਼ੈਲੇਸ਼ ਦੇ ਸਟੱਡੀ ਰੂਮ ਵਿਚ ਪੁੱਜੇ। ਨਹਾਉਣ ਮਗਰੋਂ ਸ਼ੈਲੇਸ਼ ਸ਼ੀਸ਼ੇ ਦੇ ਸਾਹਮਣੇ ਖੜੇ ਵਾਲ ਵਾਹ ਰਹੇ ਸੀ; ਉਨ੍ਹਾਂ ਨੇ ਮੁੜ ਕੇ ਦੇਖਿਆ।

ਖੇਤਰਮੋਹਨ ਨੇ ਪੁੱਛਿਆ, "ਕੀ ਅੱਜ ਕਾਲਜ ਬੰਦ ਹੈ ?"

"ਨਹੀਂ, ਹਾਂ, ਸ਼ੁਰੂ ਦੀਆਂ ਦੋ ਕਲਾਸਾਂ ਨਹੀਂ ਲਗਣੀਆਂ।"

ਖੇਤਰਮੋਹਨ ਬੋਲੇ, "ਅੱਛਹਾ, ਭਾਬੀ ਨੇ ਪਿਤਾ ਦੇ ਘਰ ਜਾਣਾ ਹੈ, ਤੁਸੀਂ ਕੀ ਇੰਤਜ਼ਾਮ ਕੀਤਾ ?"

ਸ਼ੈਲੇਸ਼ ਬੋਲੇ, "ਇੰਤਜ਼ਾਮ ਤਾਂ ਉਸਦੇ ਜਾਣ ਤੋਂ ਬਾਅਦ ਕਰਾਂਗਾ। ਸੁਣਿਆ ਹੈ ਕੱਲ੍ਹ ਉਸਦਾ ਭਰਾ ਆ ਕੇ ਲੈ ਜਾਵੇਗਾ।"

ਖੇਤਰਮੋਹਨ ਬੋਲੇ, "ਤੁਸੀਂ ਇਡੀਅਟ ਹੋ। ਇਹੋ ਜਿਹੀ ਪਤਨੀ ਦੇ ਨਾਲ ਤੁਸੀਂ ਨਹੀਂ ਰਹਿ ਸਕਦੇ। ਇਸ ਤੋਂ ਚੰਗਾ ਮੇਰੇ ਨਾਲ ਬਦਲਾਅ ਲਵੋ, ਤੁਸੀਂ ਵੀ ਸੁਖੀ ਰਹੋ, ਮੈਂ ਵੀ ਸੁਖੀ ਰਹਾਂ।"

ਸ਼ੈਲੇਸ਼ ਹੈਰਾਨ ਹੋ ਕੇ ਬੋਲੋ, "ਹੁਣ ਉਮਰ ਬਹੁਤ ਹੋ ਗਈ ਹੈ ਖੇਤਰ, ਤੁਸੀਂ ਹੁਣ ਇਹੋ ਜਿਹਾ ਮਜ਼ਾਕ ਬੰਦ ਕਰੋ।"

ਖੇਤਰਮੋਹਨ ਬੋਲੇ, "ਬੰਦ ਤਾਂ ਕਰ ਦੇਂਦਾ ਭਰਾ, ਪਰ ਤੁਹਾਡੇ ਲੋਕਾਂ ਦੇ ਵਰਤਾਵ ਦੇ ਕਾਰਨ ਨਹੀਂ ਬੰਦ ਕਰ ਪਾਂਦਾ। ਉਸ ਨੂੰ ਬਹੁਤ ਪੀੜਾ ਹੋਈ ਹੈ, ਉਨ੍ਹਾਂ ਨੇ ਕਿਹਾ ਪਿਤਾ ਦੇ ਘਰ ਜਾਵਾਂਗੀ; ਤੁਸੀ ਵੀ ਜਵਾਬ ਦਿੱਤਾ, ਜਾਣਾ ਹੈ ਤਾਂ ਜਾਉ–ਭਵਾਨੀਪੁਰ ਹਾਲੀਂ ਮੇਰੇ ਕੋਲ ਹੈ। ਇਹ ਕਿਹੋ ਜਿਹਾ ਵਰਤਾਵ ਹੈ ?

ਭਰਾ-ਭੈਣ ਦੋਵੇਂ ਬਿਲਕੁਲ ਇਕੋ ਜਿਹੇ। ਛੱਡੋ, ਮੈਂ ਸਮਝਾ ਆਇਆ ਹਾਂ, ਉਹ ਨਹੀਂ ਜਾ ਸਕਦੀ। ਹੁਣ ਤੁਸੀਂ ਉਸਨੂੰ ਪੁੱਛ ਕੇ ਜ਼ਖ਼ਮ ਹਰੇ ਨਾ ਕਰਨਾ।" ਅਚਾਨਕ ਘੜੀ ਦੀ ਵੱਲ ਦੇਖ ਕੇ ਤ੍ਰਭਕ ਪਏ, "ਓਹ ! ਬਹੁਤ ਦੇਰ ਹੋ ਗਈ, ਹੁਣ ਚਲਦਾ ਹਾਂ, ਕੱਲ੍ਹ ਸਵੇਰੇ ਫਿਰ ਆਵਾਂਗਾ।" ਜਾਂਦੇ-ਜਾਂਦੇ ਆਵਾਜ਼ ਹੌਲੀ ਕਰਕੇ ਬੋਲੇ, "ਕੁਝ ਦਿਨ ਬਚਾ ਕੇ ਚਲੋ ਸ਼ੈਲੇਸ਼। ਨਾਲੇ ਫਿਰ ਇਹ ਸਭ ਚੰਗੀ ਗੱਲ ਨਹੀਂ ਹੈ-ਖ਼ਰਚੇ ਦੀ ਹੀ ਸੋਚੋ। ਚੰਗਾ ਚਲਦਾ ਹਾਂ।" ਇਹ ਕਹਿਕੇ ਉਤਰ ਦਾ ਇੰਤਜ਼ਾਰ ਕੀਤੇ ਬਿਨਾ ਤੇਜ਼ੀ ਨਾਲ ਬਾਹਰ ਚਲੇ ਗਏ।

ਕੁਝ ਦੇਰ ਸ਼ੈਲੇਸ਼ ਅਡੋਲ ਖੜੇ ਰਹੇ। ਖੇਤਰਮੋਹਨ ਕਦੋਂ ਆਏ, ਕੀ ਕਹਿ ਕੇ, ਕਿਵੇਂ ਅਚਾਨਕ ਸਾਰਾ ਮਾਮਲਾ ਉਲਟਾ ਕਰ ਗਏ, ਉਨ੍ਹਾਂ ਨੂੰ ਸਮਝ ਹੀ ਨਹੀਂ ਆਇਆ।

ਨੌਕਰ ਨੇ ਆਕੇ ਕਿਹਾ ਕਿ ਖਾਣਾ ਤਿਆਰ ਹੈ। ਉੱਤਰ ਦਿਸ਼ਾ ਵੱਲ ਦੇ ਵਰਾਂਡੇ ਵਿਚ ਰੋਜ਼ ਦੀ ਤਰ੍ਹਾਂ ਆਸਨ ਵਿਛਾ ਕੇ ਖਾਣੇ ਦਾ ਇੰਤਜ਼ਾਮ ਸੀ। ਰੋਜ਼ ਦੀ ਤਰ੍ਹਾਂ ਹਰ ਤਰ੍ਹਾਂ ਦਾ ਖਾਣਾ ਪਰੋਸਕੇ ਊਸ਼ਾ ਕੋਲ ਹੀ ਬੈਠੀ ਹੋਈ ਸੀ। ਸ਼ੈਲੇਸ਼ ਸਿਰ ਝੁਕਾ ਕੇ ਖਾਣਾ ਖਾਣ ਬੈਠ ਗਏ। ਕਈ ਵਾਰ ਉਨ੍ਹਾਂ ਦਾ ਮਨ ਕੀਤਾ ਕਿ ਖੇਤਰ ਦੀ ਗੱਲ ਜਾਂਚ ਕੇ ਦੋ ਮਿੱਠੀਆਂ ਗੱਲਾਂ

ਕਹਿ ਦੇਣ, ਪਰ ਸਿਰ ਉਤਾਂਹ ਨਾ ਕਰ ਸਕੇ, ਉਹ ਗੱਲ ਪੁੱਛ ਹੀ ਨਹੀਂ ਸਕੇ। ਹੋਰ ਤਾਂ ਹੋਰ ਸੋਮੇਨ ਦਾ ਬਹਾਨਾ ਬਣਾ ਕੇ ਗੱਲ ਨਹੀਂ ਕਰ ਸਕੇ। ਆਖ਼ਰ ਖਾਣਾ ਖਤਮ ਕਰਕੇ ਉੱਠ ਕੇ ਚਲੇ ਗਏ।

13

ਅਗਲੀ ਸਵੇਰੇ ਅਵਿਨਾਸ਼ ਆ ਗਿਆ। ਉਸ ਸਮੇਂ ਸ਼ੈਲੇਸ਼ ਹੱਥ-ਮੂੰਹ ਧੋ ਕੇ ਆਪਣੇ ਸਟੱਡੀ ਰੂਮ ਵਿਚ ਚਾਹ ਪੀਣ ਜਾ ਰਹੇ ਸੀ, ਘਰ ਵਿਚ ਇਸ ਅਨਜਾਣ ਵਿਅਕਤੀ ਨੂੰ ਦੇਖ ਕੇ ਉਨ੍ਹਾਂ ਦਾ ਦਿਲ ਬੈਠਣ ਲਗਿਆ। ਪੁੱਛਿਆ, "ਤੁਸੀਂ ਕੌਣ ਹੋ ?"

ਆਉਣ ਵਾਲਾ ਊਸ਼ਾ ਦਾ ਛੋਟਾ ਭਰਾ ਸੀ। ਉਸਨੇ ਆਪਣਾ ਪਰਿਚੇ ਦੇ ਕੇ ਕਿਹਾ, "ਭਰਾ ਜੀ ਖ਼ੁਦ ਨਹੀਂ ਆ ਸਕੇ, ਦੀਦੀ ਨੂੰ ਲਿਆਣ ਲਈ ਮੈਨੂੰ ਭੇਜਿਆ ਹੈ।"

"ਚੰਗੀ ਗੱਲ ਹੈ, ਲੈ ਜਾਓ।" ਇਹ ਕਹਿ ਕੇ ਸ਼ੈਲੇਸ਼ ਆਪਣੇ ਕਮਰੇ ਵਿਚ ਚਲੇ ਗਏ। ਉਥੇ ਸਵੇਰੇ ਦਾ ਨਾਸ਼ਤਾ ਲਗਿਆ ਹੋਇਆ ਸੀ, ਪਰ ਸਿਰਫ਼ ਚਾਹ ਦਾ ਇਕ ਕੱਪ ਲੈਕੇ ਉਹ ਆਪਣੀ ਆਰਾਮ ਕੁਰਸੀ 'ਤੇ ਬੈਠ ਗਏ, ਬਾਕੀ ਸਭ ਕੁਝ ਉਥੇ ਹੀ ਪਿਆ ਰਿਹਾ, ਉਸਨੂੰ ਛੂਹਣ ਦਾ ਮਨ ਨਹੀਂ

ਕੀਤਾ। ਊਸ਼ਾ ਦੇ ਪੇਕਿਓਂ ਕਿਸੀ ਨੇ ਆ ਕੇ ਊਸ਼ਾ ਨੂੰ ਲੈ ਜਾਣਾ ਸੀ। ਤਾਂ ਫਿਰ ਅਵਿਨਾਸ਼ ਨੂੰ ਦੇਖਕੇ ਤ੍ਰਭਕਣ ਦੀ ਕੋਈ ਗੱਲ ਨਹੀਂ ਸੀ, ਕੋਈ ਆਇਆ ਹੈ ਇਸਲਈ ਉਸਨੂੰ ਜਾਣਾ ਹੀ ਹੋਵੇਗਾ, ਇਹੋ ਜਿਹੀ ਵੀ ਗੱਲ ਨਹੀਂ ਹੁੰਦੀ-ਹੋ ਸਕਦਾ ਹੈ ਆਖਿਰ ਤਕ ਜਾਣਾ ਹੀ ਨਾ ਹੋਵੇ-ਪਰ ਇਸ ਵਿਸ਼ੇ ਵਿਚ ਸੱਚ ਕੀ ਹੈ, ਜਾਣੇ ਬਿਨਾਂ ਉਨ੍ਹਾਂ ਦਾ ਮਨ ਕਿਹੋ ਜਿਹਾ ਹੋ ਗਿਆ, ਸਮਝਣਾ ਮੁਸ਼ਕਿਲ ਹੈ। ਅੱਜ ਸਵੇਰੇ ਖੇਤਰਮੋਹਨ ਨੇ ਵੀ ਆਉਣਾ ਸੀ, ਪਰ ਉਹ ਭੁੱਲ ਹੀ ਗਏ ਜਾਂ ਫਿਰ ਕਿਸੀ ਕੰਮ ਵਿਚ ਫੱਸ ਗਏ। ਅਚਾਨਕ ਇਹ ਸ਼ੰਕਾ ਸਾਰੀ ਸ਼ੰਕਾਵਾਂ ’ਤੇ ਭਾਰੀ ਹੋ ਗਈ। ਜੇਕਰ ਉਹ ਆ ਜਾਂਦੇ ਤਾਂ ਜ਼ਰੂਰ ਕੋਈ ਫੈਸਲਾ ਹੋ ਜਾਂਦਾ, ਇਹ ਬਹੁਤ ਜ਼ਰੂਰੀ ਵੀ ਹੈ। ਧੀਰਜ-ਹੀਣਤਾ ਦੀ ਉਤੇਜਨਾ ਵਿਚ ਉਨ੍ਹਾਂ ਨੂੰ ਇਹੀ ਡਰ ਲਗਣ ਲਗਿਆ ਕਿ ਕਿਤੇ ਉਹ ਖ਼ੁਦ ਨੂੰ ਸੰਭਾਲ ਨਾ ਸਕਣ, ਕਿਤੇ ਖ਼ੁਦ ਹੀ ਜਾ ਕੇ ਊਸ਼ਾ ਤੋਂ ਪੁੱਛ ਨਾ ਬੈਠਣ ਕਿ ਕੱਲ੍ਹ ਖੇਤਰਮੋਹਨ ਨਾਲ ਉਸਦੀਆਂ ਕੀ ਗੱਲਾਂ ਹੋਈਆਂ ਸਨ। ਸ਼ੈਲੇਸ਼ ਖੁਦ ’ਤੇ ਵਿਸ਼ਵਾਸ ਨਹੀਂ ਸੀ ਰਖ ਪਾ ਰਹੇ। ਇਸ ਤਰ੍ਹਾਂ ਵਾਰ-ਵਾਰ ਘੜੀ ਵੱਲ ਦੇਖਕੇ ਜਦੋਂ ਸਮਾਂ ਕਟ ਹੀ ਨਹੀਂ ਰਿਹਾ ਸੀ ਤਦ ਦਰਵਾਜ਼ੇ ਦਾ ਪਰਦਾ ਹਟਾ ਕੇ ਜਿਸ ਵਿਅਕਤੀ ਨੇ ਪ੍ਰਵੇਸ਼ ਕੀਤਾ,

ਉਹ ਕਦਾਚਿਤ ਖੇਤਰਮੋਹਨ ਨਹੀਂ ਸੀ-ਅਵਿਨਾਸ਼ ਸੀ। ਸ਼ੈਲੇਸ਼ ਨੇ ਉਸਨੂੰ ਦੇਖ ਕੇ ਇਕ ਕਿਤਾਬ ਚੁੱਕੀ। ਉਨ੍ਹਾਂ ਦੇ ਸਰੀਰ ਵਿਚ ਜਿਵੇਂ ਅੱਗ ਲਗ ਗਈ।

ਅਵਿਨਾਸ਼ ਬੈਠਣ ਹੀ ਵਾਲਾ ਸੀ ਕਿ ਅਚਾਨਕ ਉਥੇ ਪਏ ਖਾਣੇ 'ਤੇ ਨਜ਼ਰ ਪਈ ਤਾਂ ਕੁਰਸੀ ਥੋੜ੍ਹੀ ਦੂਰ ਖਿੱਚ ਕੇ ਬੈਠ ਗਿਆ। ਘਰ ਦਾ ਮਾਲਿਕ ਉਸ ਦਾ ਸੁਆਗਤ ਕਰੇਗਾ, ਸ਼ਾਇਦ ਇਹ ਉਮੀਦ ਉਸ ਨੂੰ ਨਹੀਂ ਸੀ, ਪਰ ਕਮਰੇ ਵਿਚ ਆਉਣ ਦਾ ਕਾਰਣ ਤਕ ਜਦੋਂ ਸ਼ੈਲੇਸ਼ ਨੇ ਨਹੀਂ ਪੁੱਛਿਆ ਤਾਂ ਅਵਿਨਾਸ਼ ਨੇ ਖ਼ੁਦ ਹੀ ਗੱਲਬਾਤ ਸ਼ੁਰੂ ਕੀਤੀ। ਬੋਲਿਆ, "ਦੀਦੀ ਢਾਈ ਵਜੇ ਵਾਲੀ ਗੱਡੀ ਵਿਚ ਜਾਣਾ ਚਾਹੁੰਦੀ ਹੈ।"

ਸ਼ੈਲੇਸ਼ ਨੇ ਗਰਦਨ ਉਤਾਂਹ ਚੁੱਕ ਕੇ ਕਿਹਾ, "ਜਾਣਾ ਚਾਹੁੰਦੀ ਹੈ ? ਕੀ ਉਸ ਨੂੰ ਮੇਰੇ ਵਲੋਂ ਕਿਸੇ ਕਿਸਮ ਦੀ ਰੁਕਾਵਟ ਦਾ ਸ਼ੱਕ ਹੈ ਉਹਨੂੰ ?"

ਅਵਿਨਾਸ਼ ਅਜੇ ਛੋਟਾ ਹੈ, ਅਚਾਨਕ ਕੀ ਕਹੇ ਸਮਝ ਨਹੀਂ ਆਇਆ, ਬੋਲਿਆ, "ਜੀ ਨਹੀਂ।" ਦਰਵਾਜ਼ੇ ਦੇ ਬਾਹਰੋਂ ਚੂੜੀਆਂ ਦੀ ਖਨਖਨਾਹਟ ਸੁਣ ਕੇ ਉਹ ਹੋਰ ਚਿੜ ਗਏ। ਬੋਲੇ, "ਨਹੀਂ ਮੇਰੇ ਵੱਲੋਂ ਉਨ੍ਹਾਂ ਦੇ ਜਾਣ ਦੀ ਮਨਾਹੀ ਨਹੀਂ ਹੈ।"

ਅਵਿਨਾਸ਼ ਚੁੱਪ ਰਿਹਾ। ਸ਼ੈਲੇਸ਼ ਨੇ ਪੁਛਿਆ,

"ਤੁਹਾਡੇ ਵੱਡੇ ਭਰਾ ਦੇ ਆਉਣ ਬਾਰੇ ਸੁਣਿਆ ਸੀ, ਉਹ ਕਿਉਂ ਨਹੀਂ ਆਏ ?"

ਅਵਿਨਾਸ਼ ਨੇ ਸੰਕੋਚ ਨਾਲ ਕਿਹਾ ਕਿ, "ਉਹ ਤਾਂ ਮੈਨੂੰ ਵੀ ਨਹੀਂ ਸੀ ਭੇਜਣਾ ਚਾਹੁੰਦੇ ?"

"ਕਿਉਂ ?"

ਅਵਿਨਾਸ਼ ਚੁਪ ਰਿਹਾ।

ਸ਼ੈਲੇਸ਼ ਬੋਲੇ, "ਤੁਸੀਂ ਅਜੇ ਛੋਟੇ ਹੋ, ਤੁਹਾਨੂੰ ਸਾਰੀਆਂ ਗੱਲਾਂ ਨਹੀਂ ਦੱਸੀਆਂ ਜਾ ਸਕਦੀਆਂ, ਦੱਸਣ ਦਾ ਕੋਈ ਫਾਇਦਾ ਵੀ ਨਹੀਂ। ਫਿਰ ਵੀ ਤੁਹਾਡੇ ਭਰਾ ਜੇਕਰ ਪੁੱਛਣ ਤਾਂ ਕਹਿਣਾ ਇਸ ਮਾਮਲੇ ਵਿਚ ਊਸ਼ਾ ਦਾ ਕੋਈ ਦੋਸ਼ ਨਹੀਂ ਹੈ, ਗਲਤੀ ਮੇਰੀ ਹੈ। ਊਸਨੂੰ ਇਥੇ ਬੁਲਾਉਣਾ ਹੀ ਮੇਰੇ ਲਈ ਠੀਕ ਨਹੀਂ ਸੀ।"

ਥੋੜੀ ਦੇਰ ਚੁੱਪ ਰਹਿ ਕੇ ਬੋਲੇ, "ਮੈਨੂੰ ਲਗਦਾ ਸੀ ਕਿ ਪਿਤਾ ਜੀ ਨੇ ਗਲਤ ਕੀਤਾ। ਬਹੁਤ ਦੇਰ ਬਾਅਦ ਜਦੋਂ ਸਮਾਂ ਆਇਆ ਸੋਚਿਆ, ਹੁਣ ਉਸ ਗਲਤੀ ਨੂੰ ਸੁਧਾਰ ਲਵਾਂਗਾ। ਤੁਹਾਡੀ ਦੀਦੀ ਆਈ ਜ਼ਰੂਰ, ਪਰ ਇਕ ਗਲਤੀ ਸੌ ਗਲਤੀਆਂ ਵਾਂਗ ਦਿਖਾਈ ਦਿੱਤੀ।"

ਇਸ ਗੱਲ ਦਾ ਕੀ ਉਤਰ ਹੋ ਸਕਦਾ ਹੈ। ਅਵਿਨਾਸ਼ ਚੁੱਪ ਰਿਹਾ। ਉਸੇ ਸਮੇਂ ਦੂਜੇ ਦਰਵਾਜ਼ੇ ਤੋਂ ਖੇਤਰਮੋਹਨ ਨੇ ਪ੍ਰਵੇਸ਼ ਕੀਤਾ। ਸ਼ੈਲੇਸ਼ ਨੇ ਦੇਖਿਆ,

ਪਰ ਰੁਕ ਨਹੀਂ ਸਕੇ। ਮੁਸ਼ਕਿਲ ਵਾਕ ਦਾ ਸੁਭਾਅ ਹੀ ਇਹੋ ਜਿਹਾ ਹੈ ਕਿ ਉਹ ਆਪਣੇ ਭਾਰ ਤੋਂ ਹੋਰ ਮੁਸ਼ਕਿਲ ਹੁੰਦਾ ਜਾਂਦਾ ਹੈ। ਊਸ਼ਾ ਪਰਦੇ ਦੇ ਪਿੱਛੇ ਖੜੀ ਸੀ, ਉਸੇ ਨੂੰ ਮੁੱਖ ਰੱਖ ਕੇ ਉਸਨੂੰ ਗੱਲਾਂ ਸੁਣਾਉਣ ਦੀ ਉਤੇਜਨਾ ਵਿਚ ਭਾਵੁਕ ਹੋਕੇ ਸ਼ੈਲੇਸ਼ ਕਹਿਣ ਲਗੇ, "ਇਹ ਸੱਚ ਹੈ ਕਿ ਮੈਂ ਕਦੇ ਤੁਹਾਡੀ ਭੈਣ ਨਾਲ ਵਿਆਹ ਕੀਤਾ ਸੀ, ਪਰ ਉਸਨੂੰ ਪਤਨੀ ਕਦੀ ਨਹੀਂ ਕਿਹਾ ਜਾ ਸਕਦਾ। ਸਾਡੀ ਸਿੱਖਿਆ, ਸਮਾਜ, ਧਰਮ ਕੁਝ ਵੀ ਇਕੋ ਜਿਹਾ ਨਹੀਂ ਹੈ-ਉਸਨੂੰ ਜ਼ਬਰਦਸਤੀ ਘਰ ਵਿਚ ਰਖ ਕੇ ਆਪਣੇ ਘਰ ਨੂੰ ਸ਼ਾਸਤ੍ਰਾਂ ਦਾ ਗੋਦਾਮ ਜੇਕਰ ਬਣਾ ਵੀ ਦੇਵਾਂ ਤਾਂ ਮੇਰੀ ਇਕੋ ਇਕ ਛੋਟੀ ਭੈਣ ਦੁੱਖ ਅਤੇ ਸ਼ੋਕ ਕਾਰਨ ਮੈਥੋਂ ਦੂਰ ਹੋ ਜਾਂਦੀ ਹੈ, ਇਕਲੌਤਾ ਪੁਤਰ ਗਲਤ ਸਿੱਖਿਆ ਦਾ ਉਦਾਹਰਣ ਬਣ ਜਾਵੇ, ਇਹ ਮੈਂ ਨਹੀਂ ਹੋਣ ਦੇ ਸਕਦਾ। ਫਿਰ ਵੀ ਮੈਂ ਉਸ ਦਾ ਰਿਣੀ ਹਾਂ ਕਿ ਜੋ ਗੱਲ ਮੈਂ ਆਪਣੇ ਮੂੰਹੋਂ ਨਹੀਂ ਕਹਿ ਸਕਿਆ, ਉਸ ਨੇ ਖੁਦ ਹੀ ਮੇਰਾ ਉਹ ਕੰਮ ਕਰ ਦਿੱਤਾ।"

ਖੇਤਰਮੋਹਨ ਹੈਰਾਨੀ ਨਾਲ ਦੇਖਦੇ ਰਹੇ। ਸ਼ੈਲੇਸ਼ ਸ਼ਰਮੀਲੇ ਸੁਭਾਅ ਦੇ ਵਿਅਕਤੀ ਹਨ, ਇਹੋ ਜਿਹੀਆਂ ਗੱਲਾਂ ਕਹਿਣਾ ਉਨ੍ਹਾਂ ਦੇ ਸੁਭਾਅ ਦੇ ਵਿਰੁੱਧ ਹੈ। ਪਰ ਭਾਵਨਾਵਾਂ ਦੇ ਵੇਗ ਵਿਚ ਉਹ ਇਹ ਕੀ ਕਹਿ ਰਹੇ ਹਨ। ਊਸ਼ਾ ਦਾ ਛੋਟਾ ਭਰਾ ਲੈਣ

ਆਇਆ ਹੈ, ਇਹ ਖ਼ਬਰ ਖੇਤਰਮੋਹਨ ਨੂੰ ਮਿਲ ਚੁੱਕੀ ਸੀ, ਇਸਲਈ ਅਨਜਾਣ ਵਿਅਕਤੀ ਉਹੀ ਹੈ, ਇਸ ਵਿਚ ਕੋਈ ਸ਼ੱਕ ਨਹੀਂ ਰਿਹਾ-ਉਸੇ ਨੂੰ ਇਹ ਸਭ ਕਿਹਾ ਜਾ ਰਿਹਾ ਹੈ ? ਖੇਤਰਮੋਹਨ ਹੱਥ ਜੋੜ ਕੇ ਬੇਨਤੀ ਕਰਦੇ ਹੋਏ ਬੋਲੇ, "ਦੇਖੋ, ਆਪਣੀ ਦੀਦੀ ਨੂੰ ਇਹ ਗੱਲਾਂ ਨਾ ਦੱਸਣਾ।"

ਮੁੰਡੇ ਨੇ ਦਰਵਾਜ਼ੇ ਵੱਲ ਉਂਗਲ ਨਾਲ ਇਸ਼ਾਰਾ ਕਰਦੇ ਹੋਏ ਕਿਹਾ "ਮੈਨੂੰ ਕੁਝ ਦੱਸਣ ਦੀ ਲੋੜ ਨਹੀਂ, ਬਾਹਰ ਖਲੋਤੀ ਦੀਦੀ ਸਭ ਸੁਣ ਰਹੀ ਹੈ।"

"ਬਾਹਰ ਖਲੋਤੀ ਹੈ ? ਕਿੱਥੇ ?"

ਉਸ ਮੁੰਡੇ ਦੇ ਉੱਤਰ ਦੇਣ ਤੋਂ ਪਹਿਲਾਂ ਸ਼ੈਲੇਸ਼ ਨੇ ਸਾਫ ਕਰਦੇ ਹੋਏ ਕਿਹਾ, "ਹਾਂ ਮੈਂ ਜਾਣਦਾ ਹਾਂ ਖੇਤਰ ਕਿ ਉਹ ਉਥੇ ਖੜੀ ਹੈ।"

ਇਹ ਸੁਣ ਕੇ ਖੇਤਰਮੋਹਨ ਚੁੱਪਚਾਪ ਬੈਠੇ ਰਹੇ। ਉਸ ਦਿਨ ਦੋ-ਤਿੰਨ ਘੰਟਿਆਂ ਬਾਦ ਜਦੋਂ ਅਵਿਨਾਸ਼ ਆਪਣੀ ਦੀਦੀ ਦੇ ਨਾਲ ਸਟੇਸ਼ਨ ਵੱਲ ਰਵਾਨਾ ਹੋਇਆ ਤਦ ਸੋਮੇਨ ਭੂਆ ਦੇ ਘਰ 'ਤੇ, ਉਸਦੇ ਪਿਤਾ ਕਾਲਜ ਵਿਚ ਅਤੇ ਖੇਤਰਮੋਹਨ ਹਾਈਕੋਰਟ ਦੀ ਬਾਰ ਲਾਇਬ੍ਰੇਰੀ ਵਿਚ ਬੈਠੇ ਸੀ।

ਅਗਲੀ ਸਵੇਰੇ ਚਾਹ ਦੀ ਮੇਜ਼ 'ਤੇ ਵਿਭਾ ਨੇ ਪਤੀ 'ਤੇ ਟਿੱਪਣੀ ਕਰਦੇ ਹੋਏ ਪੁੱਛਿਆ, "ਭਰਾ ਕੀ ਕਰ ਰਹੇ ਸੀ, ਦੇਖਿਆ ਤੁਸੀਂ ?"

ਖੇਤਰਮੋਹਨ ਬੋਲੋ, "ਦੇਖਿਆ, ਹੱਥ ਵਿਚ ਇਕ ਕਿਤਾਬ ਹੈ, ਪਰ ਅਸਲ ਵਿਚ ਪਛਤਾ ਰਹੇ ਸੀ।"

"ਇਹ ਕੰਮ ਤੁਸੀਂ ਕਦੋਂ ਕਰੋਗੇ ?"

"ਕਿਹੋ ਜਿਹਾ ? ਕਿਤਾਬ ਜਾਂ ਪਛਤਾਵਾ ?"

ਵਿਭਾ ਬੋਲੀ, "ਕਿਤਾਬ ਤਾਂ ਤੁਹਾਡੇ ਹੱਥਾਂ ਵਿਚ ਚੰਗੀ ਨਹੀਂ ਲੱਗੇਗੀ, ਦੂਜੇ ਕੰਮ ਲਈ ਕਹਿ ਰਹੀ ਹਾਂ।"

ਖੇਤਰਮੋਹਨ ਨੂੰ ਇਹ ਗੱਲ ਚੁਭੀ, ਬੋਲੇ, "ਭਰਾ ਨੂੰ ਬੁਲਾ ਕੇ ਪੇਕੇ ਚਲੀ ਜਾ, ਤਦ ਕਰਾਂਗਾ।"

ਵਿਭਾ ਦਾ ਮਨ ਅੱਜ ਖੁਸ਼ ਸੀ, ਉਹ ਨਾਰਾਜ਼ ਨਹੀਂ ਹੋਈ। ਬੋਲੀ, "ਸ਼ਾਇਦ ਇਹ ਕੰਮ ਕਦੇ ਨਹੀਂ ਹੋ ਸਕੇਗਾ। ਕਿਉਂਕਿ ਹਿੰਦੂਆਂ ਦੇ ਜਪ-ਤਪ ਅਤੇ ਸੁੱਚ ਭਿੱਟ ਦੀ ਸਿਖਿਆ ਮੈਨੂੰ ਬਚਪਨ ਤੋਂ ਹੀ ਨਹੀਂ ਮਿਲੀ।"

ਪਤਨੀ ਦੀਆਂ ਗੱਲਾਂ ਸੁਣ ਕੇ ਅੱਜਕਲ ਖੇਤਰਮੋਹਨ ਭੜਕ ਉਠਦੇ ਹਨ, ਪਰ ਅੱਜ ਗੁੱਸਾ ਰੋਕ ਕੇ ਸਹਿਜਤਾ ਨਾਲ ਬੋਲੇ, "ਇਹ ਤੁਹਾਡੀ ਮਾੜੀ ਕਿਸਮਤ ਹੈ ਕਿ ਤੁਹਾਨੂੰ ਇਹ ਮੌਕਾ ਨਹੀਂ ਮਿਲਿਆ। ਜੇਕਰ ਮਿਲਦਾ ਤਾਂ ਸ਼ਾਇਦ ਤੁਹਾਡੇ ਭਰਾ ਦੇ ਨਾਲ ਇੰਨਾ ਵੱਡਾ ਮਜ਼ਾਕ ਅੱਜ ਨਾ ਹੁੰਦਾ।" ਇਹ ਕਹਿ ਕੇ ਉਹ ਕਮਰੇ ਤੋਂ ਬਾਹਰ ਚਲੇ ਗਏ।

14

ਭਵਾਨੀਪੁਰ ਦੀ ਪੜ੍ਹੀ-ਲਿਖੀ ਉਸੇ ਕੁੜੀ ਨਾਲ ਰਿਸ਼ਤਾ ਹੋਣ ਦੀ ਕੋਸ਼ਿਸ਼ ਫਿਰ ਸ਼ੁਰੂ ਹੋਈ, ਸਿਰਫ ਵਿਭਾ ਪਤੀ ਦੇ ਡਰ ਦੇ ਕਾਰਨ ਖੁੱਲ ਕੇ ਯੋਗਦਾਨ ਨਹੀਂ ਕਰ ਸਕੀ। ਪਰ ਹਮਦਰਦੀ ਦਿਖਾਉਣ ਵਿਚ ਪਿੱਛੇ ਨਹੀਂ ਰਹੀ। ਕੁੜੀ ਵਾਲਿਆਂ ਵਲੋਂ ਨਿਸ਼ਚਿੰਤ ਹੋ ਕੇ ਖੇਤਰਮੋਹਨ ਨੇ ਇਕ ਦਿਨ ਸ਼ੈਲੇਸ਼ ਨੂੰ ਸਿੱਧਾ ਇਸ ਵਿਸ਼ੇ ਵਿਚ ਪੁੱਛਿਆ, ਸ਼ੈਲੇਸ਼ ਨੇ ਇਸ ਪ੍ਰਸਤਾਵ ਨੂੰ ਨਕਾਰਦੇ ਕਰਦੇ ਹੋਏ ਸਹਿਜ ਭਾਵ ਨਾਲ ਕਿਹਾ, "ਜੀਵਨ ਦਾ ਵੱਡਾ ਹਿੱਸਾ ਤਾਂ ਬੀਤ ਹੀ ਗਿਆ ਖੇਤਰ, ਬਾਕੀ ਬਚੇ ਕੁਝ ਦਿਨਾਂ ਲਈ ਨਵਾਂ ਝਮੇਲਾ ਸਿਰ 'ਤੇ ਨਹੀਂ ਲੈਣਾ ਚਾਹੁੰਦਾ। ਸੋਮੇਨ ਹੈ, ਤੁਸੀਂ ਆਸ਼ੀਰਵਾਦ ਦਿਓ, ਉਹ ਜੀਵਿਤ ਰਹੇ-ਇਨ੍ਹਾਂ ਝਮੇਲਿਆਂ ਵਿਚ ਮੈਂ ਨਹੀਂ ਪੈਣਾ ਚਾਹੁੰਦਾ।"

ਆਦਮੀ ਜਦ ਬਿਨਾਂ ਛਲ ਕਪਟ ਤੋਂ ਗੱਲ ਕਰਦਾ ਹੈ ਤਾਂ ਸਾਫ ਸਮਝ ਆਉਂਦੀ ਹੈ, ਖੇਤਰਮੋਹਨ ਨੂੰ ਅੱਜ ਮਨ ਹੀ ਮਨ ਦੁੱਖ ਦਾ ਅਹਿਸਾਸ ਹੋਇਆ। ਇਸ ਤੋਂ ਬਾਅਦ ਅਕਸਰ ਅਦਾਲਤ ਤੋਂ ਵਾਪਸ ਆਉਂਦੇ ਸਮੇਂ ਉਹ ਇਥੇ ਆਉਣ ਲਗੇ।

ਘਰ ਵਿਚ ਪਤਨੀ ਨਹੀਂ ਹੈ, ਸੰਤਾਨ ਨਹੀਂ ਹੈ, ਤਿੰਨ ਨੌਕਰ ਮਿਲ ਕੇ ਘਰ ਚਲਾ ਰਹੇ ਹਨ-ਦੇਖਦੇ

ਹੀ ਦੇਖਦੇ ਘਰ ਦੀ ਹਾਲਤ ਇਹੋ ਜਿਹੀ ਹੋ ਗਈ ਕਿ ਦੇਖਕੇ ਦੁੱਖ ਹੋਣ ਲਗਿਆ। ਇਕ ਮਹੀਨੇ ਦੇ ਬਾਦ ਖੇਤਰ ਨੇ ਉਹੀ ਗੱਲ ਫਿਰ ਕਹੀ, "ਤੁਸੀਂ ਤਾਂ ਜਾਣਦੇ ਹੋ ਸ਼ੈਲੇਸ਼, ਕੋਈ ਘਰ ਵਿਚ ਨਾ ਹੋਵੇ ਤਾਂ ਜੀਣਾ ਮੁਸ਼ਕਿਲ ਹੋ ਜਾਂਦਾ ਹੈ, ਖਾਸਕਰ ਵੱਡੀ ਉਮਰ ਵਿਚ-"

ਅੱਜ ਉਮਾ ਵੀ ਸੀ, ਉਹ ਬੋਲੀ, "ਬੁੱਢੇ ਹੋਣ ਵਿਚ ਹਾਲੀਂ ਬਹੁਤ ਦੇਰ ਹੈ ਅਤੇ ਉਸ ਤੋਂ ਬਹੁਤ ਪਹਿਲਾਂ ਭਾਬੀ ਆ ਜਾਵੇਗੀ, ਨਾਰਾਜ਼ ਹੋ ਕੇ ਕੋਈ ਕਦੋਂ ਤਕ ਪੇਕੇ ਰਹਿ ਸਕਦਾ ?" ਇਹ ਕਹਿਕੇ ਉਸ ਨੇ ਇਕ ਵਾਰ ਆਪਣੇ ਭਰਾ ਵੱਲ ਤੇ ਇਕ ਵਾਰ ਸ਼ੈਲੇਸ਼ ਵੱਲ ਦੇਖਿਆ, ਪਰ ਦੋਹਾਂ ਵਿਚੋਂ ਕਿਸੀ ਨੇ ਉਤਰ ਨਹੀਂ ਦਿੱਤਾ। ਸ਼ੈਲੇਸ਼ ਦਾ ਚਿਹਰਾ ਅਚਾਨਕ ਗਮ ਦੇ ਬੱਦਲਾਂ ਨਾਲ ਢੱਕ ਗਿਆ। ਪਰ ਉਮਾ ਦੇਖ ਰਹੀ ਹੈ, ਦੇਖ ਕੇ ਉਹ ਕੁਝ ਦੇ ਬਾਦ ਬੋਲੇ, "ਉਹ ਕਦੇ ਨਹੀਂ ਆਵੇਗੀ।"

ਉਮਾ ਆਪਣੇ ਵਿਸ਼ਵਾਸ 'ਤੇ ਜ਼ੋਰ ਦੇ ਕੇ ਬੋਲੀ, "ਨਹੀਂ, ਆਏਗੀ? ਜ਼ਰੂਰ ਆਏਗੀ। ਸ਼ਾਇਦ ਇਸੇ ਮਹੀਨੇ ਆ ਜਾਵੇ। ਭਰਾ, ਆ ਸਕਦੀ ਹੈ ਨਾ?"

ਉਸ ਦਾ ਆਉਣਾ ਕਿੰਨਾ ਮੁਸ਼ਕਿਲ ਹੈ, ਭਰਾ ਜਾਣਦੇ ਸੀ। ਜਾਣ ਤੋਂ ਪਹਿਲਾਂ ਸ਼ੈਲੇਸ਼ ਨੇ ਜੋ ਕਿਹਾ ਉਹ ਉਸ ਦੇ ਅੰਦਰ ਬਹਿ ਗਿਆ, ਊਸ਼ਾ ਕਦੇ ਉਹ

ਗੱਲਾਂ ਭੁੱਲ ਸਕੇਗੀ, ਉਹ ਸੋਚ ਵੀ ਨਹੀਂ ਸਕਦੇ ਸੀ। ਨੂੰਹ ਦੇ ਪ੍ਰਤੀ ਸ਼ੈਲੇਸ਼ ਦੇ ਪਿਤਾ ਨੇ ਬਹੁਤ ਵੱਡਾ ਅਨਿਆਏ ਕੀਤਾ ਸੀ, ਉਸ ਦੇ ਵਾਪਸ ਆਉਣ ਮਗਰੋਂ ਈਰਖਾ ਵੱਸ ਵਿਭਾ ਨੇ ਉਸ ਦਾ ਕਿੰਨਾ ਅਪਮਾਨ ਕੀਤਾ ਅਤੇ ਉਸ ਤੋਂ ਵੀ ਜ਼ਿਆਦਾ ਸ਼ੈਲੇਸ਼ ਨੇ ਕੀਤਾ, ਉਸ ਦੇ ਜਾਣ ਵਾਲੇ ਦਿਨ। ਫਿਰ ਵੀ ਹਿੰਦੂ ਇਸਤ੍ਰੀ ਦੀ ਸਿੱਖਿਆ ਅਤੇ ਸੰਸਕਾਰ ਨੂੰ ਊਸ਼ਾ ਦੇ ਮਧੁਰ ਚਰਿੱਤਰ ਨਾਲ ਮਿਲਾਉਣ ਮਗਰੋਂ ਉਸ ਵਲੋਂ ਇੰਜ ਪਤੀ ਦਾ ਘਰ ਤਿਆਗ ਦੇਣਾ ਖੇਤਰਮੋਹਨ ਸਮਝ ਨਹੀਂ ਪਾ ਰਹੇ ਸਨ। ਇਹ ਗੱਲ ਸੋਚ ਕੇ ਜਦੋਂ ਵੀ ਉਨ੍ਹਾਂ ਨੂੰ ਦੁਖ ਹੁੰਦਾ, ਤਦ ਇਹ ਕਹਿਕੇ ਖ਼ੁਦ ਨੂੰ ਦਿਲਾਸਾ ਦੇਂਦੇ ਕਿ ਊਸ਼ਾ ਨੇ ਆਪਣੇ ਪ੍ਰਤੀ ਅਨਾਦਰ ਸਹਾਰਿਆ ਸੀ, ਪਰ ਪਤੀ ਨੇ ਜਦੋਂ ਅਪਮਾਨ ਕੀਤਾ ਤਾਂ ਉਹ ਸਹਾਰ ਨਾ ਸਕੀ। ਸ਼ਾਇਦ ਇਸਲਈ ਇੰਨੇ ਸਾਲਾਂ ਬਾਦ ਜਦੋਂ ਇਕ ਦਿਨ ਉਸ ਨੂੰ ਉਸ ਦੇ ਸਹੁਰੇ ਘਰੋਂ ਕੋਈ ਲੈਣ ਆਇਆ ਤਦ ਜ਼ਰਾ ਵੀ ਦੁਵਿਧਾ, ਜ਼ਰਾ ਵੀ ਹੰਕਾਰ ਉਸਨੇ ਨਹੀਂ ਦਿਖਾਇਆ। ਚੁੱਪਚਾਪ ਬਿਨਾ ਕੁਝ ਸੋਚਿਆਂ ਮੁੜ ਆਈ। ਹਿੰਦੂ ਇਸਤ੍ਰੀ ਦੇ ਧਰਮ ਆਚਰਣ ਦੇ ਨਾਲ ਸੰਸਕਾਰ ਮੁਕਤ ਖੇਤਰਮੋਹਨ ਦਾ ਕੋਈ ਮੇਲ ਨਹੀਂ ਸੀ। ਹੁਣ ਆਪਣੇ ਘਰ ਨਾਲ ਤੁਲਨਾ ਕਰਕੇ ਅਤੇ ਇਕ ਵਿਅਕਤੀ ਦੇ ਵਿਸ਼ਵਾਸ

ਦੀ ਦ੍ਰਿੜਤਾ ਅਤੇ ਖ਼ੁਦ ਨੂੰ ਵਾਂਝਾ ਕਰਨ ਦੀ ਸ਼ਕਤੀ ਦੇਖਕੇ ਉਸ ਨੂੰ ਆਪਣਾ ਸਾਰਾ ਸਮਾਜ ਤੁੱਛ ਅਤੇ ਹੀਣ ਲੱਗਣ ਲਗਿਆ। ਉਹ ਮਨ ਹੀ ਮਨ ਕਹਿੰਦੇ, ਸਚਮੁੱਚ ਦਾ ਏਨਾ ਤੇਜ਼ ਤਾਂ ਸਾਡੀ ਕਿਸੇ ਔਰਤ ਵਿਚ ਨਹੀਂ ਹੈ। ਉਨ੍ਹਾਂ ਨੂੰ ਲਗਦਾ, ਸ਼ਾਇਦ ਇਹ ਸੱਚਾ ਧਰਮ ਉਨ੍ਹਾਂ ਦੇ ਸਮਾਜ ਵਿਚੋਂ ਚਲਾ ਗਿਆ ਹੈ। ਜੋ ਵਿਸ਼ਵਾਸ ਖ਼ੁਦ ਨੂੰ ਪੀੜਾ ਦੇਣ ਵਿਚ ਪਿੱਛੇ ਨਹੀਂ ਹਟਦਾ, ਸ਼ਰਧਾ ਦੀ ਗਹਿਨਤਾ ਦੁੱਖ ਅਤੇ ਤਿਆਗ ਵਿਚ ਖੁਦ ਨੂੰ ਜਾਂਚਦੀ ਹੈ, ਏਨਾ ਵਿਸ਼ਵਾਸ ਵਿਭਾ ਵਿਚ ਕਿੱਥੇ ਹੈ ? ਉਮਾ ਵਿਚ ਕਿੱਥੇ ਹੈ ? ਹੋਰ ਵੀ ਕਈ ਔਰਤਾਂ ਨੂੰ ਉਹ ਜਾਣਦੇ ਹਨ, ਪਰ ਉਸਦੀ ਤੁਲਨਾ ਕਿੱਥੇ ਹੈ ? ਇਹ ਅਨੁਭੂਤੀ ਕਦੇ ਸੰਕੋਚ ਤੇ ਕਦੇ ਉਨ੍ਹਾਂ ਦੇ ਅੰਤਰਮਨ ਨੂੰ ਪਰਿਪੂਰਨ ਕਰਦੀ ਰਹਿੰਦੀ। ਕਿਉਂਕਿ ਇੰਨੇ ਥੋੜ੍ਹੇ ਦਿਨਾਂ ਵਿਚ ਊਸ਼ਾ ਨੇ ਆਪਣੇ ਪਤੀ ਨੂੰ ਕਿੰਨਾ ਜ਼ਿਆਦਾ ਚਾਹਿਆ, ਇਹ ਗੱਲ ਉਨ੍ਹਾਂ ਤੋਂ ਛਿਪੀ ਨਹੀਂ ਸੀ। ਪਰ ਫਿਰ ਅਗਲੇ ਪਲ ਹੀ ਜਦੋਂ ਲਗਦਾ, ਇੰਨਾ ਸਭ ਕੁਝ ਹੋ ਕੇ ਵੀ ਇੰਨਾ ਕੁਝ ਵਾਪਰਿਆ, ਸਿਰਫ ਇਕ ਮੁਸਲਮਾਨ ਨੌਕਰ ਦੇ ਕਾਰਨ, ਜੋ ਚੀਜ਼ ਉਹ ਨਹੀਂ ਮੰਨਦੀ, ਘਰ ਵਿਚ ਉਸੇ ਦੇ ਮੁੜ ਪ੍ਰਵੇਸ਼ ਨੇ ਹੀ ਉਸਨੂੰ ਘਰ ਛੱਡਣ ਦੇ ਲਈ ਮਜਬੂਰ ਕੀਤਾ। ਦੂਜਾ ਕੋਈ ਕੁਝ ਵੀ ਕਰੇ, ਪਰ ਭਾਬੀ ਨੂੰ ਯਾਦ

ਕਰਕੇ ਇਹ ਵਿਅਕਤੀ ਹੈਰਾਨੀ ਅਤੇ ਸ਼ੋਕ ਨਾਲ ਵਿਆਕੁਲ ਹੋ ਗਏ।

ਉਮਾ ਪ੍ਰਸ਼ਨ ਕਰਕੇ ਚਿਹਰੇ ਵੱਲ ਦੇਖ ਰਹੀ ਸੀ, ਉੱਤਰ ਨਾ ਮਿਲਣ ਕਾਰਨ ਹੈਰਾਨ ਹੋਕੇ ਬੋਲੀ, "ਹਾਂ ਭਰਾ, ਦੱਸਿਆ ਨਹੀਂ ?"

"ਕੀ ?"

ਉਮਾ ਬੋਲੀ, "ਵਾਹ । ਮੈਂ ਕਹਿ ਰਹੀ ਸੀ ਭਾਬੀ ਸ਼ਾਇਦ ਇਸੇ ਮਹੀਨੇ ਮੁੜ ਆਵੇਗੀ। ਤੁਹਾਨੂੰ ਨਹੀਂ ਲਗਦਾ ਭਰਾ ?"

ਭੈਣ ਦੇ ਪ੍ਰਸ਼ਨ ਨੂੰ ਟਾਲਦੇ ਹੋਏ ਖੇਤਰਮੋਹਨ ਬੋਲੇ, "ਜੇਕਰ ਇਹ ਮੰਨ ਲੈਣ ਕਿ ਉਹ ਨਹੀਂ ਆਵੇਗੀ-ਉਹ ਜਦੋਂ ਇਥੇ ਨਹੀਂ ਸੀ, ਤਦ ਵੀ ਤਾਂ ਸਭ ਚਲ ਹੀ ਰਿਹਾ ਸੀ, ਹੁਣ ਵੀ ਚਲ ਸਕਦਾ ਹੈ। ਪਰ ਇਸਲਈ ਕੀ ਦੂਜਾ ਹੋਰ ਤਰੀਕਾ ਨਹੀਂ ਹੈ ?"

"ਮੈਂ ਇਹੀ ਕਹਿ ਰਿਹਾ ਹਾਂ ।"

ਉਮਾ ਨੂੰ ਸਮਝ ਨਹੀਂ ਆਇਆ, ਉਹ ਚੁੱਪ ਰਹੀ।

ਸ਼ੈਲੇਸ਼ ਉਸਦੇ ਸੋਗਮਈ ਚਿਹਰੇ ਦੀ ਵੱਲ ਦੇਖਕੇ ਬੋਲੇ, "ਉਸਦਾ ਵਾਪਸ ਮੁੜਨਾ ਮੈਨੂੰ ਠੀਕ ਨਹੀਂ ਲਗਦਾ ਉਮਾ। ਉਹ ਮੇਰੀ ਵਿਆਹੁਤਾ ਪਤਨੀ ਹੈ, ਪਰ ਮੈਂ ਉਸਨੂੰ ਪਤਨੀ ਨਹੀਂ ਕਹਿ ਸਕਦਾ।"

ਊਸ਼ਾ ਵੱਲ ਇਸ ਬੇਹੂਦਾ ਇਸ਼ਾਰੇ ਨੂੰ ਸਮਝ ਕੇ

ਖੇਤਰਮੋਹਨ ਮਨ ਹੀ ਮਨ ਪਰੇਸ਼ਾਨ ਹੋ ਗਏ। ਬੋਲੇ, "ਸਾਡਾ ਤਾਂ ਧਰਮ ਹੀ ਨਹੀਂ ਹੈ, ਫਿਰ ਪਤਨੀ ਦੀ ਕੀ ਲੋੜ। ਇਨ੍ਹਾਂ ਸਭ ਗੱਲਾਂ ਵਿਚ ਕੁਝ ਨਹੀਂ ਪਿਆ ਭਰਾ, ਮੈਂ ਤਾਂ ਘਰ ਚਲਾਉਣ ਦੀ ਇਕ ਵਿਵਸਥਾ ਕਰਨ ਦੀ ਗੱਲ ਕਰ ਰਿਹਾ ਹਾਂ।"

ਸ਼ੈਲੇਸ਼ ਹੈਰਾਨ ਨਾਲ ਬੋਲੇ, "ਸਾਡਾ ਧਰਮ ਨਹੀਂ ਹੈ ?"

ਖੇਤਰਮੋਹਨ ਬੋਲੇ, "ਕਿਥੇ ਹੈ, ਦਿਖਾਉ ? ਕੰਮ ਕਾਰ ਕਰਦੇ ਹਾਂ, ਖਾਂਦੇ-ਪੀਂਦੇ ਰਹਿੰਦੇ ਹਾਂ, ਬਸ। ਸਾਡੀ ਪਤਨੀ ਨਾ ਵੀ ਹੋਵੇ ਤਾਂ ਵੀ ਚਲਦਾ ਹੈ। ਪਹਿਲਾਂ ਲੋਕ ਸਰਾਧ-ਸ਼ਾਂਤੀ, ਪੂਜਾ-ਪਾਠ, ਵਰਤ-ਨਿਯਤ, ਧਰਮ ਆਦਿ ਵਿਚ ਲੀਨ ਰਹਿੰਦੇ ਸੀ, ਉਨ੍ਹਾਂ ਨੂੰ ਪਤਨੀ ਦੀ ਲੋੜ ਪੈਂਦੀ ਸੀ। ਸਾਨੂੰ ਇਨ੍ਹਾਂ ਸਾਰਿਆਂ ਤੋਂ ਕੀ ਮਤਲਬ ?"

ਸ਼ੈਲੇਸ਼ ਦੁਖੀ ਹੋਕੇ ਬੋਲੇ, "ਬਸ, ਇਸ ਲਈ ਪਤਨੀ ? ਸਰਾਧ-ਸ਼ਾਂਤੀ, ਪੂਜਾ-ਪਾਠ..."

ਉਨ੍ਹਾਂ ਦੀ ਗੱਲ ਪੂਰੀ ਨਹੀਂ ਹੋਈ, ਖੇਤਰਮੋਹਨ ਵਿਚਕਾਰੋਂ ਹੀ ਬੋਲ ਪਏ, "ਇਹੀ ਗੱਲ ਹੈ, ਇਸ ਤੋਂ ਸਿਵਾਏ ਕੁਝ ਨਹੀਂ। ਤੁਸੀਂ ਵੀ ਹਿੰਦੂ ਹੋ ਅਤੇ ਮੈਂ ਵੀ ਹਿੰਦੂ ਹਾਂ-without offence ਪੂਜਾ ਨਹੀਂ ਕਰਦੇ, ਮੰਦਿਰ ਨਹੀਂ ਜਾਂਦੇ, ਸੁੱਚ-ਭਿੱਟ ਕਰਨ ਦੀ ਆਦਤ ਵੀ ਸਾਡੇ ਵਿਚ ਨਹੀਂ ਹੈ-ਔਰਤਾਂ ਤਾਂ ਹੋਰ

ਵੀ ਜ਼ਿਆਦਾ harmless, ਅਸੀਂ ਸਹਿਜ ਆਦਮੀ-ਚੰਗੇ ਆਦਮੀ। ਅਸੀਂ ਕੀ ਕਰਨਾ ਹੈ ਪੰਜ-ਸੱਤ ਅੱਖਰਾਂ ਦੀ ਪਤਨੀ ਲੈਕੇ, ਛੋਟੀ ਜਿਹੀ ਇਸਤ੍ਰੀ ਨਾਲ ਹੀ ਸਾਡਾ ਕੰਮ ਚੰਗਾ ਚਲ ਸਕਦਾ ਹੈ। ਤੁਸੀਂ ਕ੍ਰਿਪਾ ਕਰਕੇ ਰਾਜ਼ੀ ਹੋ ਜਾਉ-ਭਵਾਨੀਪੁਰ ਵਾਲੇ ਪਿੱਛੇ ਪਏ ਹੋਏ ਹਨ-ਤੁਹਾਡੀ ਭੈਣ ਵੀ ਇਹੋ ਚਾਹੁੰਦੀ ਹੈ, ਮੇਰੀ ਗੱਲ ਮੰਨ ਲਉ ਸ਼ੈਲੇਸ਼।"

ਸ਼ੈਲੇਸ਼ ਗੁੱਸੇ ਨਾਲ ਉਠ ਖਲੋਤੇ ਤੇ ਬੋਲੇ, "ਤੁਸੀਂ ਮੇਰਾ ਮਜ਼ਾਕ ਉਡਾ ਰਹੇ ਹੋ ਖੇਤਰ !"

ਇਹ ਸਭ ਦੇਖਕੇ ਉਮਾ ਬੇਚੈਨ ਹੋ ਗਈ। ਖੇਤਰਮੋਹਨ ਡਰ ਕੇ ਵਾਰ-ਵਾਰ ਕਹਿਣ ਲਗੇ, "ਨਹੀਂ ਭਰਾ ਸ਼ੈਲੇਸ਼, ਨਹੀਂ। ਜੇਕਰ ਮੈਂ ਇਵੇਂ ਕੁਝ ਕੀਤਾ ਹੈ ਤਾਂ ਤੁਹਾਡੇ ਤੋਂ ਜ਼ਿਆਦਾ ਆਪਣਾ ਕੀਤਾ ਹੈ।"

ਸ਼ੈਲੇਸ਼ ਨੇ ਵਿਰੋਧ ਨਹੀਂ ਕੀਤਾ, ਸਿਰਫ ਚੁੱਪ ਖੜੇ ਰਹੇ।

15

ਉਸ ਗੱਲ ਨੂੰ ਜ਼ਿਆਦਾ ਨਾ ਵਧਾ ਕੇ ਖੇਤਰਮੋਹਨ ਨੇ ਸੋਚਿਆ ਕਿ ਪੰਜ-ਸੱਤ ਦਿਨਾਂ ਬਾਅਦ ਜਦੋਂ ਸ਼ੈਲੇਸ਼ ਦਾ ਗੁੱਸਾ ਅਤੇ ਉਤੇਜਨਾ ਸ਼ਾਂਤ ਹੋ ਜਾਵੇਗੀ ਤਦ ਆ ਕੇ ਉਨ੍ਹਾਂ ਨਾਲ ਭਵਾਨੀਪੁਰ ਦੇ ਵਿਸ਼ੇ

ਵਿਚ ਗੱਲ ਕਰਾਂਗੇ, ਇਹੀ ਸੋਚ ਕੇ ਉਹ ਉਮਾ ਨੂੰ ਨਾਲ ਲੈਕੇ ਘਰ ਮੁੜ ਗਏ। ਪਰ ਹਫਤਾ ਵੀ ਨਹੀਂ ਬੀਤਿਆ ਸੀ ਕਿ ਅਚਾਨਕ ਛਪਰਾ ਕੋਰਟ ਵਿਚ ਇਕ ਮੁਕਦਮਾ ਲੜਨ ਖ਼ਾਤਰ ਉਨ੍ਹਾਂ ਨੂੰ ਕਲਕੱਤਾ ਛੱਡਕੇ ਜਾਣਾ ਪਿਆ। ਜਾਣ ਤੋਂ ਪਹਿਲਾਂ ਕੁੜੀ ਅਤੇ ਮੁੰਡੇ ਵਾਲਿਆਂ ਵਲੋਂ ਵਿਭਾ ਨੂੰ ਭਰੋਸਾ ਦੇ ਗਏ ਕਿ ਕੇਸ ਜਿੰਨਾਂ ਮੁਸ਼ਕਿਲ ਲਗ ਰਿਹਾ ਹੈ ਅਸਲ ਵਿਚ ਓਨਾ ਨਹੀਂ ਹੈ। ਮਛਲੀ ਚਾਰੇ ਵੱਲ ਵੱਧ ਰਹੀ ਹੈ, ਅਚਾਨਕ ਫਸ ਜਾਣਾ ਵਚਿੱਤਰ ਨਹੀਂ ਹੈ।

ਕਾਫ਼ੀ ਦਿਨਾਂ ਬਾਦ ਅੱਜ ਪਤਨੀ ਨਾਲ ਉਨ੍ਹਾਂ ਦੀ ਸਹਿਜ ਗੱਲਬਾਤ ਹੋਈ। ਉਮਾ ਤੋਂ ਵਿਭਾ ਨੂੰ ਕੁਝ ਗੱਲਾਂ ਦਾ ਪਤਾ ਲਗਿਆ। ਬੋਲੀ, "ਮੈਂ ਸੋਚਦੀ ਸੀ ਤੁਸੀਂ ਊਸ਼ਾ ਭਾਬੀ ਦੇ ਪਰਮ ਮਿੱਤਰ ਹੋ, ਤੁਸੀਂ ਭਰਾ ਨਾਲ ਵਿਆਹ ਦੀ ਗੱਲ ਕਰੋਗੇ, ਮਹੀਨਾ ਕੁ ਪਹਿਲਾਂ ਇਹ ਗੱਲ ਮੈਂ ਸੋਚ ਵੀ ਨਹੀਂ ਸਕਦੀ ਸੀ।"

ਖੇਤਰਮੋਹਨ ਬੋਲੇ, "ਮਹੀਨਾ ਕੁ ਪਹਿਲਾਂ ਕੀ ਮੈਂ ਸੋਚ ਸਕਦਾ ਸੀ ? ਪਰ ਹੁਣ ਸਿਰਫ ਸੋਚਣਾ ਹੀ ਨਹੀਂ, ਉਚਿਤ ਲਗਦਾ ਹੈ। ਊਸ਼ਾ ਭਾਬੀ ਦਾ ਮਿੱਤਰ ਮੈਂ ਅੱਜ ਵੀ ਹਾਂ ਅਤੇ ਹਮੇਸ਼ਾ ਉਨ੍ਹਾਂ ਦੇ ਲਈ ਸ਼ੁਭਕਾਮਨਾਵਾਂ ਹੀ ਕਰਾਂਗਾ, ਪਰ ਜੋ ਹੋ ਨਹੀਂ

ਸਕਦਾ, ਹੋਣ ਦਾ ਕੋਈ ਫਾਇਦਾ ਨਹੀਂ, ਉਸਦੇ ਲਈ ਸਿਰ ਕਿਉਂ ਪਿਟਣਾ।"

ਵਿਭਾ ਨੇ ਵਿਅੰਗਾਤਮਕ ਹਾਸਾ ਹੱਸਦੇ ਹੋਏ ਪਤੀ ਨੂੰ ਕਿਹਾ, "ਤੁਸੀਂ ਮਰਦ ਹੋ ਇਸਲਈ ਸ਼ਾਇਦ ਭਾਬੀ ਨੂੰ ਸਮਝਣ ਵਿਚ ਸਮਾਂ ਲਗਿਆ, ਮੈਂ ਤਾਂ ਦੇਖਦੇ ਹੀ ਸਮਝ ਗਈ ਸੀ। ਉਸ ਦੇ ਨਾਲ ਸਾਡੀ ਨਿਭ ਨਹੀਂ ਸੀ ਸਕਦੀ।"

ਖੇਤਰਮੋਹਨ ਬੋਲੇ, "ਇਹ ਤਾਂ ਮੈਂ ਵੀ ਦੇਖਿਆ ਵਿਭਾ, ਉਨ੍ਹਾਂ ਨੂੰ ਖੁਦ ਹਟ ਜਾਣਾ ਪਿਆ ਅਤੇ ਉਨ੍ਹਾਂ ਨੂੰ ਅਸੀਂ ਦੋਹਾਂ ਨੇ ਅਲਗ-ਅਲਗ ਸਮਝਿਆ, ਇਸ ਵਿਚ ਵੀ ਕੋਈ ਦੋ ਰਾਏ ਨਹੀਂ ਹੈ। ਕੁਝ ਹੋਰ ਹੁੰਦਾ ਤੇ ਅੱਜ ਕੀ ਹੁੰਦਾ, ਇਹ ਚਰਚਾ ਬੇਕਾਰ ਹੈ। ਪਰ ਤੁਹਾਡੀ ਇਹ ਗੱਲ ਮੈਂ ਮੰਨਦਾ ਹਾਂ ਕਿ ਮੈਥੋਂ ਗਲਤੀ ਹੋਈ ਸੀ।"

ਵਿਭਾ ਬੋਲੀ, "ਛੱਡੋ ਹੁਣ ਉਨ੍ਹਾਂ ਗੱਲਾਂ ਨੂੰ। ਜਪ-ਤਪ ਅਤੇ ਹਿੰਦੂ ਧਰਮ ਦੀ ਪ੍ਰਸਿਧੀ ਵਿਚ ਜਿਸ ਤਰ੍ਹਾਂ ਲਗ ਗਏ ਸੀ, ਮੈਂ ਡਰ ਗਈ ਸੀ। ਅਸੀਂ ਵੀ ਮੁਸਲਮਾਨ ਜਾਂ ਇਸਾਈ ਨਹੀਂ ਹਾਂ, ਪਰ ਖੁਦ ਦੇ ਸਿਵਾ ਸਭ ਛੋਟੇ ਹਨ, ਇਨ੍ਹਾਂ ਦੇ ਹੱਥ ਦਾ ਛੂਹਿਆ ਖਾਣ ਨਾਲ ਧਰਮ ਭ੍ਰਿਸ਼ਟ ਹੋ ਜਾਵੇਗਾ-ਇੰਨਾ ਅਹੰਕਾਰ ਕਿਉਂ ? ਸਿਰਫ ਇਸ ਰਸਤੇ ਤੋਂ ਸਿਵਾਏ ਸਾਰੇ ਰਸਤੇ ਨਰਕ ਵਿਚ ਜਾਣਗੇ, ਇਹ ਧਾਰਨਾ

ਉਸ ਦੇ ਪੇਕੇ ਵਿਚ ਚਲ ਸਕਦੀ ਹੈ, ਪਰ ਇਥੇ ਨਹੀਂ। ਇਸਲਈ ਤਾਂ ਉਸ ਨੂੰ ਪਤੀ ਦੇ ਘਰੋਂ ਜਾਣਾ ਪਿਆ।''

ਇਹ ਗੱਲ ਨਾ ਤਾਂ ਪੂਰੀ ਤਰ੍ਹਾਂ ਸੱਚ ਹੈ ਨਾ ਝੂਠ। ਇਸ ਲਈ ਖੇਤਰਮੋਹਨ ਚੁੱਪਚਾਪ ਪਤਨੀ ਵੱਲ ਦੇਖਦੇ ਰਹੇ। ਉੱਤਰ ਨਹੀਂ ਦੇ ਸਕੇ।

ਉਸੇ ਸਮੇਂ ਉਮਾ ਨੇ ਕਮਰੇ ਵਿਚ ਆਉਂਦੇ ਹੀ ਪੁੱਛਿਆ, ''ਕੀ ਭਰਾ ?'' ਵਿਭਾ ਆਪਣੀ ਗੱਲ ਦੀ ਪੂਛ ਫੜਕੇ ਕਹਿਣ ਲਗੀ, ''ਕੀ ਸਿਰਫ ਆਪਣੀ ਜਾਤ ਨੂੰ ਬਚਾਉਣਾ ਹੀ ਭਾਬੀ ਲਈ ਸਭ ਤੋਂ ਵੱਡੀ ਗੱਲ ਸੀ ? ਮੰਨ ਲਓ, ਜੇਕਰ ਤੁਹਾਡੀ ਸ਼ਿਕਾਇਤ ਸੱਚ ਹੈ, ਮੇਰੇ ਲਈ ਭਰਾ ਨੇ ਜੇਕਰ ਉਸ ਦਾ ਅਪਮਾਨ ਕਰ ਵੀ ਦਿੱਤਾ, ਕੀ ਇਹੋ ਜਿਹਾ ਹੀ ਅਪਮਾਨ ਉਸ ਦੇ ਲਈ, ਤੁਸੀਂ ਮੇਰਾ ਨਹੀਂ ਕੀਤਾ ? ਇਸਲਈ ਕੀ ਤੁਹਾਨੂੰ ਛੱਡ ਕੇ ਪੇਕੇ ਚਲੀ ਜਾਵਾਂ ? ਕੀ ਤੁਸੀਂ ਇਹੀ ਕਹੋਗੇ ?''

ਖੇਤਰਮੋਹਨ ਬੋਲੇ, ''ਨਹੀਂ, ਮੈਂ ਇਹੋ ਜਿਹਾ ਨਹੀਂ ਕਹਿੰਦਾ।''

ਵਿਭਾ ਬੋਲੀ, ''ਕਹਿ ਵੀ ਨਹੀਂ ਸਕਦੇ, ਮੈਂ ਜਾਣਦੀ ਹਾਂ।'' ਉਮਾ ਨੂੰ ਕਹਿਣ ਲਗੀ, ''ਤੁਹਾਡੇ ਭਰਾ ਅਚਾਨਕ ਇਕ ਨਵੀਂ ਚੀਜ਼ ਦੇ ਪਿੱਛੇ ਪੈ ਗਏ ਸੀ। ਹਿੰਦੂ ਧਰਮ ਦੇ ਕੱਟਰਪਨ ਦੀ ਸਿੱਖਿਆ ਸਾਨੂੰ

ਨਹੀਂ ਮਿਲੀ। ਪਰ ਮਾਂ-ਪਿਉ ਤੋਂ ਜੋ ਵੀ ਮਿਲਿਆ ਉਹ ਇਸ ਤੋਂ ਬਹੁਤ ਚੰਗਾ ਸੀ, ਸੱਚ ਸੀ।" ਫਿਰ ਮੁਸਕਰਾ ਕੇ ਬੋਲੀ, "ਤੁਹਾਡੇ ਭਰਾ ਦੀ ਬੜੀ ਇੱਛਾ ਸੀ ਕਿ ਤੁਸੀਂ ਭਾਬੀ ਤੋਂ ਬਹੁਤ ਕੁਝ ਸਿਖੋ। ਬੈਠ ਕੇ ਸੁਨਣ ਦਾ ਸਮਾਂ ਨਹੀਂ ਹੈ, ਪਰ ਉਨ੍ਹਾਂ ਤੋਂ ਕੀ-ਕੀ ਸਿਖਿਆ ਅਤੇ ਕੀ ਰਹਿ ਗਿਆ, ਆਪਣੇ ਭਰਾ ਨੂੰ ਦੱਸੋ ਤਾਂ।" ਇਹ ਕਹਿਕੇ ਦੱਬਿਆ ਹਾਸਾ ਹੱਸਦੀ ਹੋਈ ਉਹ ਬਾਹਰ ਚਲੀ ਗਈ।

ਖੇਤਰਮੋਹਨ ਚੁੱਪ ਰਹੇ। ਛੋਟੀ ਭੈਣ ਦੇ ਸਾਹਮਣੇ ਪਤਨੀ ਦਾ ਇਹ ਮਿਹਣਾ ਉਨ੍ਹਾਂ ਨੂੰ ਜ਼ਿਆਦਾ ਹੀ ਚੁਭਿਆ, ਪਰ ਉਤਰ ਨਹੀਂ ਦੇ ਸਕੇ। ਹਿੰਦੂ ਕੱਟੜਪਣ ਅਨੁਸਾਰ ਉਹ ਲੋਕ ਭ੍ਰਿਸ਼ਟ ਹਨ। ਪਰ ਔਰਤਾਂ ਦੇ ਨਿਸ਼ਠਾਮਈ ਜੀਵਨ ਯਾਤਰਾ ਦੀ ਕਲਪਨਾ ਉਨ੍ਹਾਂ ਨੂੰ ਖਿੱਚਦੀ ਸੀ। ਇਸਲਈ ਅੱਖਾਂ ਦੇ ਸਾਹਮਣੇ ਅਚਾਨਕ ਊਸ਼ਾ ਦੇ ਆਚਰਣ ਕਾਰਨ ਅੱਜ ਸਭ ਦੇ ਸਾਹਮਣੇ ਉਨ੍ਹਾਂ ਦਾ ਸਿਰ ਝੁਕ ਗਿਆ ਹੈ। ਇਸ ਨੂੰਹ ਨੂੰ ਮੁਖ ਰਖਕੇ ਉਹ ਆਪਣੇ ਰਿਸ਼ਤੇ ਦਾਰਾਂ ਨੂੰ ਉਸ ਦੀ ਸਿੱਖਿਆ ਅਤੇ ਸੰਸਕਾਰਾਂ ਦੀ ਪ੍ਰਸ਼ੰਸਾ ਕਰਦੇ ਸੀ, ਅੱਜ ਉਥੋਂ ਉਨ੍ਹਾਂ ਨੂੰ ਡੂੰਘੀ ਚੋਟ ਪਹੁੰਚੀ। ਊਸ਼ਾ ਖੁਦ ਹੀ ਆਪਣੇ ਲਈ ਜ਼ਿੰਮੇਵਾਰ ਹੈ, ਉਸ ਦੀ ਗਲਤੀ ਨੇ ਕਿਸੀ ਹੋਰ ਨੂੰ ਸਪਰਸ਼ ਤਕ ਨਹੀਂ ਕੀਤਾ-ਕਰ ਵੀ ਨਹੀਂ ਸਕਦਾ। ਇਹ ਗੱਲ

ਉਹ ਕਹਿਣਾ ਚਾਹੁੰਦਾ ਹੋਇਆ ਵੀ ਨਹੀਂ ਸੀ ਕਹਿ ਪਾ ਰਿਹਾ। ਇਸਲਈ ਪਤਨੀ ਦੇ ਜਾਣ ਮਗਰੋਂ ਉਮਾ ਨੂੰ ਸਫਾਈ ਦੇਣ ਦੇ ਅੰਦਾਜ਼ ਵਿਚ ਬੋਲੇ, "ਕੱਟਰਪਨ ਕਿਹੋ ਜਿਹਾ ਵੀ ਹੋਵੇ ਠੀਕ ਨਹੀਂ ਹੁੰਦਾ, ਇਹ ਗੱਲ ਮੈਂ ਨਕਾਰਦਾ ਨਹੀਂ—ਹਿੰਦੂ ਧਰਮ ਵਿਚੋਂ ਵੀ ਕੱਟਰਪਨ ਖਤਮ ਹੋਣਾ ਚਾਹੀਦਾ ਹੈ—ਪਰ ਅਸੀਂ ਤਾਂ ਉਨ੍ਹਾਂ ਤੋਂ ਵੀ ਗਏ ਗੁਆਚੇ ਹਾਂ, ਇਹ ਮੰਨ ਲੈਣਾ ਕੋਈ ਗਲਤ ਨਹੀਂ ਹੋਵੇਗਾ।"

ਭਰਾ-ਭੈਣ ਦੀ ਬਹਿਸ ਵਿਚ ਉਮਾ ਹਮੇਸ਼ਾ ਚੁੱਪ ਰਹਿੰਦੀ ਸੀ, ਇਸਲਈ ਵਿਭਾ ਦੀ ਗੈਰ ਹਾਜ਼ਰੀ ਵਿਚ ਵੀ ਉਹ ਚੁੱਪ ਰਹੀ।

ਉਸ ਰਾਤ ਛਪਰਾ ਜਾਣ ਤੋਂ ਪਹਿਲਾਂ ਖੇਤਰਮੋਹਨ ਨੇ ਵਿਭਾ ਨੂੰ ਬੁਲਾ ਕੇ ਕਿਹਾ, "ਮੈਨੂੰ ਮੁੜਨ ਵਿਚ ਚਾਰ ਪੰਜ ਦਿਨ ਲਗਣਗੇ, ਇਸ ਦੌਰਾਨ ਭਵਾਨੀਪੁਰ ਵਾਲਿਆਂ ਨਾਲ ਮੁਲਾਕਾਤ ਹੋਵੇ ਤਾਂ ਕਹਿਣਾ, ਮੈਂ ਸ਼ੈਲੇਸ਼ ਨੂੰ ਮਨਾ ਲਵਾਂਗਾ।

ਵਿਭਾ ਨੇ ਪੁੱਛਿਆ, "ਤਾਂ ਕੀ ਭਾਬੀ ਨਹੀਂ ਆਵੇਗੀ ?"

"ਸ਼ੈਲੇਸ਼ ਨਾਲੋਂ ਉਨ੍ਹਾਂ ਦੀ ਗਲਤੀ ਜ਼ਿਆਦਾ ਸੀ। ਤੁਸੀਂ ਠੀਕ ਕਿਹਾ। ਜੋ ਸਿੱਖਿਆ ਇਨਸਾਨ ਨੂੰ ਇੰਨਾ ਸੰਕੀਰਣ ਅਤੇ ਸਵਾਰਥੀ ਬਣਾ ਦੇਂਦੀ ਹੈ, ਉਸ ਸਿੱਖਿਆ ਦਾ ਕੀਮਤ ਕੁਝ ਵੀ ਰਹੀ ਹੋਵੇ, ਹੁਣ ਉਸ

ਦੀ ਕੋਈ ਕੀਮਤ ਨਹੀਂ ਹੈ। ਘੱਟ ਤੋਂ ਘੱਟ ਸਾਡੇ ਲੋਕਾਂ ਵਿਚ ਉਨ੍ਹਾਂ ਦਾ ਮੁੜ ਪ੍ਰਚਲਨ ਕਰਨ ਦਾ ਕੋਈ ਅਰਥ ਨਹੀਂ ਹੈ। ਇਹੀ ਠੀਕ ਹੈ। ਭਾਬੀ ਦੇ ਵਰਤਾਅ ਵਿਚ ਹੀ ਗਲਤੀ ਸੀ ਹੋਰ ਕੁਝ ਨਹੀਂ। ਜੇਕਰ ਕੁਝ ਹੋਰ ਹੁੰਦਾ ਤਾਂ ਘਰ ਛੱਡਕੇ ਨਾ ਜਾਂਦੀ। ਚੰਗਾ ਚਲਦਾ ਹਾਂ।" ਇਹ ਕਹਿਕੇ ਉਹ ਬਾਹਰ ਜਾ ਕੇ ਗੱਡੀ ਵਿਚ ਬੈਠ ਗਏ।

ਪਿੰਡ ਦਾ ਮੁਕਦਮਾ ਸੁਲਝਾਅ ਕੇ ਮੁੜਨ ਵਿਚ ਉਨ੍ਹਾਂ ਨੂੰ ਚਾਰ-ਪੰਜ ਦਿਨ ਦੇ ਬਜਾਏ ਦਸ ਦਿਨ ਲਗ ਗਏ। ਘਰ ਵਿਚ ਵੜਦਿਆਂ ਹੀ ਪਹਿਲੀ ਮੁਲਾਕਾਤ ਉਮਾ ਨਾਲ ਹੋਈ। ਉਸੇ ਨੇ ਦੱਸਿਆ ਕਿ ਦੋ ਦਿਨ ਪਹਿਲਾਂ ਸ਼ੈਲੇਸ਼ ਛੇ ਮਹੀਨੇ ਦੀ ਛੁੱਟੀ ਲੈਕੇ ਫਿਰ ਇਲਾਹਾਬਾਦ ਚਲੇ ਗਏ ਹਨ, ਅਤੇ ਇਸ ਵਾਰ ਸੋਮੇਨ ਦਾ ਸਕੂਲ ਛੁਡਵਾ ਕੇ ਨਾਲ ਲੈ ਗਏ ਹਨ।

"ਇਸ ਤਰ੍ਹਾਂ ਅਚਾਨਕ ਕਿਉਂ ?"

ਉਮਾ ਬੋਲੀ, "ਪਤਾ ਨਹੀ। ਸੋਮੇਨ ਨੂੰ ਲੈਣ ਆਏ ਸੀ, ਬੋਲੇ ਤਬੀਅਤ ਠੀਕ ਨਹੀਂ ਹੈ।" ਵਿਭਾ ਵੀ ਆ ਗਈ, ਉਸ ਨੂੰ ਖੇਤਰਮੋਹਨ ਨੇ ਕਿਹਾ, "ਤਬੀਅਤ ਠੀਕ ਕਿਵੇਂ ਰਹੇਗੀ, ਪਰ ਇੰਜ ਠੀਕ ਵੀ ਨਹੀਂ ਹੋਵੇਗੀ।" ਹੋਰ ਵੀ ਕੁਝ ਕਹਿਣਾ ਚਾਹੁੰਦੇ ਸਨ ਪਰ ਉਮਾ ਦੇ ਉਥੇ ਹੋਣ ਕਾਰਨ ਚੁੱਪ ਹੀ ਰਹੇ।

16

ਜਿਵੇਂ ਦੂਜੇ ਬੈਰਿਸਟਰ ਦਿਨ ਕੱਟਦੇ ਹਨ, ਖੇਤਰਮੋਹਨ ਦੇ ਦਿਨ ਵੀ ਉਵੇਂ ਹੀ ਬੀਤਣ ਲਗੇ। ਹੱਥ ਵਿਚ ਪੈਸੇ ਘੱਟ ਹੁੰਦੇ ਤਾਂ ਹਿੰਦੂ ਕੱਟਰਪਨ ਦੀ ਪ੍ਰਸ਼ੰਸਾ ਕਰਦੇ, ਫਿਰ ਜਦੋਂ ਪੈਸੇ ਆ ਜਾਂਦੇ ਤਾਂ ਚੁਪ ਰਹਿੰਦੇ-ਜਿਵੇਂ ਚਲ ਰਿਹਾ ਸੀ ਉਵੇਂ ਹੀ ਚਲਦਾ ਰਿਹਾ। ਉਹ ਸ਼ੈਲੇਸ਼ ਦੇ ਸੱਚੇ ਸ਼ੁਭਚਿੰਤਕ ਹਨ। ਉਨ੍ਹਾਂ ਜਾਣਦੇ ਪਛਾਣਦੇ ਹਨ, ਉਨ੍ਹਾਂ ਵਰਗੇ ਕਮਜ਼ੋਰ ਸੁਭਾਅ ਦੇ ਵਿਅਕਤੀ ਤੋਂ ਸਾਰੇ ਕੰਮ ਕਰਵਾਏ ਜਾ ਸਕਦੇ ਹਨ, ਇਹ ਸੋਚਕੇ ਉਨ੍ਹਾਂ ਨੇ ਭਵਾਨੀਪੁਰ ਵਾਲਿਆਂ ਨੂੰ ਆਪਣੇ ਹੱਥ ਵਿਚ ਰਖਿਆ ਹੋਇਆ ਹੈ। ਉਨ੍ਹਾਂ ਨੂੰ ਇਹੀ ਕਹਿ ਕੇ ਭਰੋਸਾ ਦੇਂਦੇ ਸਨ, ਇਲਾਹਾਬਾਦ ਤੋਂ ਮੁੜ ਆਉਣ ਬਸ। ਆਪਣੀ ਭਾਬੀ ਨੂੰ ਉਹ ਪਹਿਲਾਂ ਵਾਂਗ ਸਨੇਹ ਕਰਦੇ ਸੀ। ਉਸ ’ਤੇ ਸ਼ਰਧਾ ਵੀ ਹੈ ਪਰ ਹੁਣ ਉਸ ਦੇ ਮੁੜਨ ਦੀ ਕੋਈ ਲੋੜ ਨਹੀਂ। ਜਿੱਥੇ ਵੀ ਹੈ ਤੰਦਰੁਸਤ ਰਹੇ, ਠੀਕ ਰਹੇ, ਉਸਦੇ ਧਰਮ ਜੀਵਨ ਵਿਚ ਉੱਨਤੀ ਹੋਵੇ, ਪਰ ਸ਼ੈਲੇਸ਼ ਦੇ ਘਰ ਵਿਚ ਹੁਣ ਹੋਰ ਨਹੀਂ। ਆਪਣੀ ਇਕ ਗਲਤੀ ਅਕਸਰ ਉਨ੍ਹਾਂ ਨੂੰ ਯਾਦ ਆਉਂਦੀ ਹੈ, ਆਪਣੇ ਪਤੀ ਨੂੰ ਊਸ਼ਾ ਕਦੇ ਪਿਆਰ ਨਹੀਂ ਕਰ ਸਕੀ, ਕਰ ਸਕਣਾ ਸੰਭਵ ਹੀ ਨਹੀਂ ਹੈ। ਬਚਪਨ

ਤੋਂ ਹੀ ਸਖ਼ਤ ਨਿਯਮਾਂ-ਕਾਨੂੰਨਾਂ ਵਿਚ ਜੁਆਨ ਹੋਈ ਹੈ, ਇਸਲਈ ਇਸ ਜੀਵਨ ਤੋਂ ਪਰਲੋਕ ਉਸ ਦੇ ਲਈ ਜ਼ਿਆਦਾ ਜ਼ਰੂਰੀ ਹੈ। ਇਸਲਈ ਪਤੀ ਨੂੰ ਤਿਆਗ ਕੇ ਚਲੇ ਜਾਣਾ ਇੰਨਾ ਸੁਖਾਲਾ ਹੋ ਸਕਿਆ। ਉਨ੍ਹਾਂ ਦੇ ਆਪਣੇ ਅੰਦਰ ਜੋ ਪਤੀ ਹੈ ਉਹ ਊਸ਼ਾ ਦੇ ਆਚਰਣ ਤੋਂ ਜਿਨ੍ਹਾਂ ਡਰਾ ਹੋਇਆ ਸੀ, ਓਨੀ ਹੀ ਪੀੜਾ ਵੀ ਉਸ ਨੂੰ ਹੋਈ ਸੀ। ਉਨ੍ਹਾਂ ਨੂੰ ਮਹਿਸੂਸ ਹੁੰਦਾ ਕਿ ਉਹ ਸੋਮੇਨ ਨਾਲ ਏਨਾ ਪਿਆਰ ਕਰ ਸਕੀ ਸਿਰਫ ਆਪਣੇ ਸਖ਼ਤ ਫ਼ਰਜ਼ ਨੂੰ ਮੰਨ ਕੇ। ਸਚਮੁਚ ਦਾ ਸਨੇਹ ਨਹੀਂ ਸੀ, ਇਸਲਈ ਤਾਂ ਜਾਂਦੇ ਵਕਤ ਉਸਨੂੰ ਕੋਈ ਤਕਲੀਫ਼ ਨਹੀਂ ਹੋਈ।

ਇਸੇ ਤਰ੍ਹਾਂ ਜਦੋਂ ਕਲਕੱਤੇ ਵਿਚ ਇਨ੍ਹਾਂ ਦਾ ਸਮਾਂ ਕੱਟ ਰਿਹਾ ਸੀ, ਤਦ ਦੋ ਮਹੀਨੇ ਬਾਦ ਅਚਾਨਕ ਉਨ੍ਹਾਂ ਨੂੰ ਪਤਾ ਚਲਿਆ ਕਿ ਇੰਨੀ ਘੱਟ ਉਮਰ ਵਿਚ ਹੀ ਸ਼ੈਲੇਸ਼ ਨੇ ਸੋਮੇਨ ਨੂੰ ਜਨੇਉ ਪਹਿਨਾ ਦਿੱਤਾ। ਅਤੇ ਖ਼ੁਦ ਵੀ ਕਿਸੇ ਵੈਸ਼ਣਵ ਤੋਂ ਦੀਖਿਆ ਲੈ ਲਈ ਹੈ। ਪਿਤਾ-ਪੁੱਤਰ ਇਕ ਦਿਨ ਲਈ ਵੀ ਗੰਗਾ ਇਸ਼ਨਾਨ ਨਹੀਂ ਛੱਡਦੇ, ਅਤੇ ਜਿਸ ਮੁਹੱਲੇ ਵਿਚ ਮਾਸ-ਮੱਛੀ ਆਉਂਦੀ ਹੈ, ਸ਼ੈਲੇਸ਼ ਉਥੇ ਜਾਂਦੇ ਤਕ ਨਹੀਂ।

ਸੁਣ ਕੇ ਉਮਾ ਮੂੰਹ ਛੁਪਾ ਕੇ ਹੱਸਣ ਲਗੀ। ਵਿਭਾ ਬੋਲੀ, "ਇਹ ਮਜ਼ਾਕ ਕਿਸ ਨੇ ਕੀਤਾ ? ਯੋਗੇਸ਼ ਬਾਬੂ ਨੇ ?

ਖੇਤਰਮੋਹਨ ਬੋਲੇ, "ਇਹ ਸੱਚ ਹੈ ਕਿ ਇਹ ਖਬਰ ਯੋਗੇਸ਼ ਬਾਬੂ ਨੇ ਦਿੱਤੀ ਹੈ, ਪਰ ਉਨ੍ਹਾਂ ਨਾਲ ਏਨੀਂ ਗੂਹੜੀ ਮਿੱਤਰਤਾ ਨਹੀਂ ਹੈ ਕਿ ਉਹ ਮੈਨੂੰ ਮਜ਼ਾਕ ਕਰਨ।"

ਵਿਭਾ ਬੋਲੀ, "ਉਹ ਭਰਾ ਦੇ ਮਿੱਤਰ ਹਨ, ਕਰ ਵੀ ਸਕਦੇ ਹਨ।" ਥੋੜੀ ਦੇਰ ਬਾਅਦ ਬੋਲੀ, "ਜਾਣਦੇ ਹੋ, ਕਿਉਂ ? ਉਨ੍ਹਾਂ ਨੇ ਭਾਬੀ ਦੀਆਂ ਸਾਰੀਆਂ ਗੱਲਾਂ ਭਰਾ ਤੋਂ ਸੁਣੀਆਂ, ਏਨੇ ਲੋਕਾਂ ਦੇ ਵਿਚ ਇਕ ਤੁਸੀਂ ਹੀ ਸੀ ਜੋ ਭਾਬੀ ਦੇ ਭਗਤ ਬਣ ਗਏ ਸੀ-ਇਸਲਈ ਇਹ ਮਜ਼ਾਕ ਤੁਹਾਡੇ ਨਾਲ ਹੀ ਹੋਇਆ ਹੈ।" ਫਿਰ ਹੱਸਦੇ ਹੋਏ ਬੋਲੀ, "ਕੇਸ ਸ਼ੁਰੂ ਕਰਦੇ ਸਮੇਂ ਜੇਕਰ ਮੇਰੀ ਸਲਾਹ ਲਓਗੇ ਤਾਂ ਏਨੇ ਕੇਸ ਨਹੀਂ ਹਾਰੋਗੇ। ਉਮਾ, ਤੁਸੀਂ ਜ਼ਰਾ ਜਲਦੀ ਤਿਆਰ ਹੋ ਜਾਉ, ਸੱਤ ਵਜੇ ਤਕ ਨਹੀਂ ਪੁੱਜ ਸਕੇ ਤਾਂ ਲਾਵਣਯ ਨਾਰਾਜ਼ ਹੋ ਜਾਏਗੀ। ਆਪਣੇ ਭਰਾ ਨੂੰ ਜ਼ਰਾ ਸਮਝਾਉਣਾ ਕਿ ਜਿਥੇ ਮੁਸ਼ਕਲ ਲਗੇ ਤਾਂ ਮੇਰੇ ਨਾਲ ਸਲਾਹ ਕਰ ਲੈਣ, ਜੋ ਪੈਸੇ ਦੇਂਦੇ ਹਨ, ਉਹ ਖੁਸ਼ ਰਹਿਣਗੇ।"

ਉਮਾ ਦੱਬਿਆ ਹਾਸਾ ਹੱਸਕੇ ਚਲੀ ਗਈ। ਯੋਗੇਸ਼ ਬਾਬੂ ਦਾ ਇੰਜ ਮਜ਼ਾਕ ਕਰਨ ਦਾ ਕਾਰਣ ਉਸ ਦੀ ਭਾਬੀ ਸਮਝ ਗਈ ਹੈ, ਇਹ ਗੱਲ ਉਸ ਦੀ ਸਮਝ ਆ ਗਈ ਹੈ।

ਇਸ ਗੱਲ ਦੇ ਪੰਜ-ਛੇ ਦਿਨ ਬਾਦ ਖੇਤਰਮੋਹਨ ਨੇ ਇਕ ਵੱਡਾ ਜਿਹਾ ਖ਼ਤ ਆਪਣੀ ਪਤਨੀ ਨੂੰ ਦੇਂਦੇ ਹੋਏ, ਕਿਹਾ, ਯੋਗੇਸ਼ਬਾਬੂ ਦੇ ਪਿਤਾ ਦਾ ਲਿਖਿਆ ਹੋਇਆ ਹੈ ਇਹ ਖ਼ਤ। ਉਮਰ ਹੋਵੇਗੀ ਸੱਤਰ-ਬਹੱਤਰ ਸਾਲ। ਕਦੇ ਮਿਲਿਆ ਨਹੀਂ ਹਾਂ। ਪਰ ਖ਼ਤਾਂ ਰਾਹੀਂ ਪਰਿਚੇ ਹੈ। ਉਹ ਵਿਅਕਤੀ ਕਿਹੋ ਜਿਹੇ ਹਨ, ਨਹੀਂ ਜਾਣਦਾ, ਪਰ ਇੰਨਾ ਚੰਗੀ ਤਰ੍ਹਾਂ ਜਾਣਦਾ ਹਾਂ ਕਿ ਉਨ੍ਹਾਂ ਦਾ ਮੇਰੇ ਨਾਲ ਮਜ਼ਾਕ ਕਰਨ ਦਾ ਰਿਸ਼ਤਾ ਨਹੀਂ ਹੈ।

ਕਾਫੀ ਲੰਬਾ ਖ਼ਤ ਸੀ, ਬੰਗਲਾ ਭਾਸ਼ਾ ਵਿਚ ਲਿਖਿਆ ਹੋਇਆ, ਵਿਭਾ ਨੇ ਇਕੋ ਸਾਹ ਵਿਚ ਪੂਰਾ ਖ਼ਤ ਪੜ੍ਹ ਲਿਆ, ਬੋਲੀ, "ਮਾਮਲਾ ਕੀ ਹੈ ? ਤੁਹਾਨੂੰ ਇਕ ਵਾਰ ਜਾਣਾ ਚਾਹੀਦਾ ਹੈ।"

"ਪਰ ਮੇਰੇ ਕੋਲ ਤਾਂ ਇਕ ਮਿੰਟ ਦਾ ਵੀ ਸਮਾਂ ਨਹੀਂ ਹੈ।"

ਵਿਭਾ ਬੋਲੀ, "ਇਹ ਕੋਈ ਗੱਲ ਨਹੀਂ ਹੋਈ। ਇਸ ਮੁਸ਼ਕਿਲ ਦੀ ਘੜੀ ਵਿਚ ਅਸੀਂ ਨਹੀਂ ਜਾਵਾਂਗੇ ਤਾਂ ਕੌਣ ਜਾਵੇਗਾ ? ਇਸ ਖ਼ਤ ਵਿਚ ਜੋ ਲਿਖਿਆ ਹੈ ਉਸਦਾ ਅੱਧਾ ਵੀ ਜੇਕਰ ਸੱਚ ਹੋਵੇ ਤਾਂ ਇਹ ਬਹੁਤ ਵੱਡੇ ਸੰਕਟ ਦੀ ਗੱਲ ਹੈ।"

ਖੇਤਰਮੋਹਨ ਸਿਰ ਹਿਲਾ ਕੇ ਬੋਲੇ, "ਇਸ ਮਾਮਲੇ ਵਿਚ ਸਾਡਾ ਦੋਹਾਂ ਦਾ ਵਿਚਾਰ ਇਕ ਹੈ।

112

ਪਰ ਜਾਵਾਂ ਕਿਵੇਂ ? ਕੀ ਮੇਰੇ ਜਾਣ ਨਾਲ ਇਹ ਸੰਕਟ ਟਲ ਜਾਵੇਗਾ, ਇਹੋ ਜਿਹਾ ਵੀ ਤਾਂ ਨਹੀਂ ਲਗਦਾ।"

ਦੋਵੇਂ ਬਹੁਤ ਦੇਰ ਤਕ ਚੁੱਪਚਾਪ ਬੈਠੇ ਰਹੇ। ਆਖ਼ਰਕਾਰ ਆਪਣੀ ਨਿਰਾਸ਼ਾ ਛਿਪਾਉਂਦੇ ਹੋਏ ਖੇਤਰਮੋਹਨ ਬੋਲੇ, "ਸ਼ੈਲੇਸ਼ ਸਭ ਕੁਝ ਕਰ ਸਕਦਾ ਹੈ। ਮਨੋਬਲ ਨਾਮਕ ਚੀਜ਼ ਤਾਂ ਉਸਦੇ ਕੋਲ ਹੈ ਹੀ ਨਹੀਂ। ਮਰਨ ਦਿਓ ਉਸ ਨੂੰ, ਪਰ ਇਹੀ ਦੁੱਖ ਹੈ ਕਿ ਉਹ ਉਸ ਛੋਟੇ ਜਿਹੇ ਬੱਚੇ ਦਾ ਵੀ ਸਤਿਆਨਾਸ਼ ਕਰ ਰਿਹਾ ਹੈ। ਜਿਵੇਂ ਵੀ ਹੋਵੇ ਇਸ ਜਗ੍ਹਾ ਤੁਹਾਨੂੰ ਉਸ ਨੂੰ ਰੋਕਣਾ ਹੀ ਹੋਵੇਗਾ।"

ਵਿਭਾ ਉਦਾਸ ਹੋ ਚੁੱਪ ਬੈਠੀ ਰਹੀ। ਉਹ ਰੋ ਸਕਦੀ ਹੈ, ਨਾਰਾਜ਼ ਹੋ ਸਕਦੀ ਹੈ, ਪਰ ਸ਼ੈਲੇਸ਼ ਨੂੰ ਰੋਕ ਸਕੇ, ਏਨਾ ਜ਼ੋਰ ਉਸ ਵਿਚ ਨਹੀਂ, ਇਹ ਗੱਲ ਉਹ ਚੰਗੀ ਤਰ੍ਹਾਂ ਜਾਣਦੀ ਸੀ। ਬਹੁਤ ਦੇਰ ਤਕ ਚੁੱਪ ਰਹਿਣ ਮਗਰੋਂ ਖੇਤਰਮੋਹਨ ਬੋਲੇ, "ਸ਼ਕ ਤਾਂ ਮੈਨੂੰ ਹਮੇਸ਼ਾ ਤੋਂ ਹੀ ਸੀ, ਪਰ ਇਕ ਚੀਜ਼ ਮੈਨੂੰ ਪੱਕੀ ਤਰ੍ਹਾਂ ਸਮਝ ਆ ਗਈ ਹੈ, ਵਿਭਾ, ਤੁਹਾਡੇ ਭਰਾ ਨੇ ਊਸ਼ਾ ਨਾਲ ਸੱਚਮੁਚ ਪਿਆਰ ਕੀਤਾ ਸੀ। ਏਨਾਂ ਜ਼ਿਆਦਾ ਕੀਤਾ ਜਿੰਨਾ ਕਿ ਸੋਮੇਨ ਦੀ ਮਾਂ ਨਾਲ ਵੀ ਕਦੀ ਨਹੀਂ ਕੀਤਾ, ਇਹ ਸਭ ਇਸੇ ਦੀ ਪ੍ਰਤਿਕ੍ਰਿਆ ਹੈ।"

ਵਿਭਾ ਨੂੰ ਗੁੱਸਾ ਆ ਗਿਆ। ਬੋਲੀ, "ਇਸਲਈ ਇਸ ਤਰ੍ਹਾਂ ਉਸ ਨੂੰ ਹਾਸਲ ਕਰਨ ਦੀ ਕੋਸ਼ਿਸ਼ ਕਰ ਰਹੇ ਹਨ ? ਦੇਖੋ, ਮੇਰੇ ਭਰਾ ਕਮਜ਼ੋਰ ਹੋ ਸਕਦੇ ਹਨ, ਨੀਚ ਨਹੀਂ ਹਨ। ਕਿਸੇ ਦੇ ਲਈ ਇੰਨਾ ਡਰਾਮਾ ਕਰਨ ਦੀ ਗੱਲ ਉਹ ਸੋਚਣਗੇ ਵੀ ਨਹੀਂ।"

ਇਹ ਪ੍ਰਤਿਕ੍ਰਿਆ ਕਿੰਨੀ ਵਚਿੱਤਰ ਚੀਜ਼ ਹੁੰਦੀ ਹੈ, ਵਿਭਾ ਨੂੰ ਉਸ ਦਾ ਕੀ ਪਤਾ। ਖੇਤਰਮੋਹਨ ਨੇ ਵੀ ਪੁਸਤਕ ਵਿਚ ਪੜ੍ਹਿਆ ਹੈ, ਉਹ ਵੀ ਇਸ ਬਾਰੇ ਵਿਚ ਖ਼ਾਸ ਕੁਝ ਨਹੀਂ ਜਾਣਦੇ, ਇਸ ਲਈ ਪਤਨੀ ਦੇ ਗੁੱਸੇ ਦਾ ਉਨ੍ਹਾਂ ਨੇ ਕੋਈ ਉੱਤਰ ਨਹੀਂ ਦਿੱਤਾ। ਹਨੇਰੇ ਵਿਚ ਤਰਕ-ਯੁੱਧ ਕਰਨ ਦੀ ਉਨ੍ਹਾਂ ਵਿਚ ਹਿੰਮਤ ਨਹੀਂ ਸੀ।

ਪਰ ਪ੍ਰਤਿਕ੍ਰਿਆ ਕਿਹੋ ਜਿਹੀ ਵੀ ਰਹੀ ਹੋਵੇ, ਵਿਭਾ ਦੀ ਹੀ ਜਿੱਤ ਹੋਈ। ਪਤੀ ਨੂੰ ਦੋ ਦਿਨ ਬਾਅਦ ਹੀ ਆਪਣਾ ਕੰਮ ਛੱਡ ਕੇ ਇਲਾਹਾਬਾਦ ਜਾਣਾ ਪਿਆ। ਵਾਪਸ ਆ ਕੇ ਉਨ੍ਹਾਂ ਨੇ ਜੋ ਵੇਰਵਾ ਦਿੱਤਾ, ਉਹ ਜਿੰਨਾ ਹਾਸੋ-ਹੀਣਾ ਸੀ ਓਨਾ ਹੀ ਅਨੋਖਾ ਵੀ। "ਯੋਗੇਸ਼ ਬਾਬੂ ਦੇ ਘਰ ਦੇ ਕੋਲ ਹੀ ਸ਼ੈਲੇਸ਼ ਰਹਿੰਦੇ ਹਨ, ਪਰ ਸ਼ੈਲੇਸ਼ ਨਾਲ ਮੁਲਾਕਾਤ ਨਹੀਂ ਹੋਈ, ਉਹ ਗੁਰੂ ਭਰਾਵਾਂ ਦੇ ਨਾਲ ਸ਼੍ਰੀ ਗੁਰੂਪਾਦ ਦੇ ਦਰਸ਼ਨ ਦੇ ਲਈ ਵ੍ਰਿੰਦਾਵਨ ਗਏ ਹੋਏ ਸੀ, ਸੋਮੇਨ ਨਾਲ ਮੁਲਾਕਾਤ ਹੋਈ। ਸ਼ਾਸਤਰਾਂ ਵਿਚ

ਜਿਵੇਂ ਲਿਖਿਆ ਹੈ, ਉਹੋ ਜਿਹੇ ਹੀ ਉਸ ਦਾ ਬ੍ਰਹਮਚਾਰੀ ਵਾਲਾ ਪਹਿਰਾਵਾ ਸੀ, ਅਤੇ ਸਖ਼ਤ ਨਿਯਮ-ਕਾਨੂੰਨ। ਉਥੋਂ ਦੇ ਇਕ ਨਿਸ਼ਠਾਵਾਨ ਬ੍ਰਾਹਮਣ ਸਵੇਰੇ-ਸ਼ਾਮ ਉਸ ਨੂੰ ਬ੍ਰਹਮ-ਵਿਦਿਆ ਸਿਖਾਉਂਦੇ ਹਨ।'' ਇਹ ਕਹਿਕੇ ਖੇਤਰਮੋਹਨ ਬੋਲੇ, ''ਮੈਨੂੰ ਦੇਖਕੇ ਵਿਚਾਰੇ ਦੀ ਅੱਖਾਂ ਭਰ ਆਈਆਂ। ਉਸ ਨੂੰ ਦੇਖਕੇ ਲਗ ਰਿਹਾ ਸੀ ਉਸ ਨੂੰ ਭਰ ਪੇਟ ਖਾਣਾ ਵੀ ਨਹੀਂ ਮਿਲਦਾ।''

ਇਸ ਬੱਚੇ ਨਾਲ ਵਿਭਾ ਦਾ ਵਿਸ਼ੇਸ਼ ਸਨੇਹ ਸੀ, ਇਹ ਸਨੇਹ ਬਹੁਤ ਜ਼ਿਆਦਾ ਨਾ ਵੀ ਹੋਵੇ, ਪਰ ਉਥੇ ਉਹ ਦੁਖੀ ਹੈ, ਇਹ ਸੁਣ ਕੇ ਉਸ ਤੋਂ ਸਹਿਨ ਨਹੀਂ ਹੋਇਆ। ਉਸਦੀਆਂ ਅੱਖਾਂ ਛਲਕਣ ਲਗੀਆਂ, ਬੋਲੀ, ''ਉਸ ਨੂੰ ਜ਼ਬਰਦਸਤੀ ਲੈ ਕਿਉਂ ਨਾ ਆਏ ?''

ਖੇਤਰਮੋਹਨ ਨੇ ਕਿਹਾ, ''ਮੇਰਾ ਵੀ ਮਨ ਕਰਦਾ ਸੀ, ਪਰ ਸੋਚਿਆ ਕਿ ਅੰਤ ਵਿਚ ਇਸ ਦਾ ਨਤੀਜਾ ਚੰਗਾ ਨਹੀਂ ਹੋਵੇਗਾ। ਧਰਮ ਦੇ ਮਾਮਲੇ ਤੋਂ ਮੈਨੂੰ ਬਹੁਤ ਡਰ ਲਗਦਾ ਹੈ। ਸ਼ੈਲੇਸ਼ ਸਾਡੇ ਤੋਂ ਬਹੁਤ ਨਾਰਾਜ਼ ਹੋ ਜਾਂਦਾ।''

ਵਿਭਾ ਹੰਝੂ ਪੂੰਝਦੇ ਹੋਏ ਬੋਲੀ, ''ਜੇਕਰ ਮੈਨੂੰ ਪਤਾ ਹੁੰਦਾ ਕਿ ਮਾਮਲਾ ਏਨਾ ਵੱਧ ਚੁੱਕਿਆ ਹੈ ਤਾਂ ਮੈਂ ਵੀ ਤੁਹਾਡੇ ਨਾਲ ਜਾਂਦੀ।''

17

ਖ਼ਤਾਂ ਦਾ ਸਿਲਸਿਲਾ ਬੰਦ ਹੀ ਹੋ ਚੁੱਕਿਆ ਸੀ, ਫਿਰ ਕਲਕੱਤੇ ਵਿਚ ਮਿੱਤਰਾਂ-ਰਿਸ਼ਤੇਦਾਰਾਂ ਨੂੰ ਸ਼ੈਲੇਸ਼ ਦੇ ਬਾਰੇ ਵਿਚ ਪਤਾ ਲਗ ਗਿਆ ਸੀ। ਕਿਤੇ ਕਿਤੇ ਤਾਂ ਘੁੰਮਾ-ਫਿਰਾ ਕੇ ਗੱਲਾਂ ਦਾ ਦੂਜਾ ਅਰਥ ਕੱਢਿਆ ਜਾ ਰਿਹਾ ਸੀ। ਭਵਾਨੀਪੁਰ ਵਾਲਿਆਂ ਤੋਂ ਵੀ ਇਹ ਗੱਲ ਛਿਪੀ ਨਹੀਂ ਸੀ। ਸ਼ਰਮਿੰਦਗੀ ਕਾਰਨ ਵਿਭਾ ਮੂੰਹ ਨਹੀਂ ਸੀ ਦਿਖਾ ਪਾ ਰਹੀ, ਸਿਰਫ ਆਪਣੇ ਪਤੀ ਦੇ ਸਾਹਮਣੇ ਹੰਕਾਰ ਨਾਲ ਕਹਿੰਦੀ, "ਇਕ ਵਾਰ ਭਰਾ ਮੁੜ ਆਏ, ਮੈਂ ਵੀ ਦੇਖਦੀ ਹਾਂ, ਮੇਰੇ ਸਾਹਮਣੇ ਇਹ ਸਭ ਕੁਝ ਕਿਵੇਂ ਕਰਦੇ ਹਨ।"

ਖੇਤਰਮੋਹਨ ਚੁਪ ਰਹਿੰਦੇ-ਵਿਭਾ ਕੁਝ ਕਰ ਪਾਵੇਗੀ, ਉਨ੍ਹਾਂ ਨੂੰ ਵਿਸ਼ਵਾਸ ਨਹੀਂ ਹੁੰਦਾ। ਪਰ ਸਮਾਜ ਦੇ ਮੋਰਲ ਪ੍ਰੈਸ਼ਰ ਉੱਤੇ ਉਨ੍ਹਾਂ ਦੀ ਪੂਰੀ ਆਸਥਾ ਸੀ। ਕਮਜ਼ੋਰ ਮਨ ਵਾਲੇ ਸ਼ੈਲੇਸ਼ ਜ਼ਿਆਦਾ ਦਿਨ ਸਮਾਜ ਦੇ ਸਾਹਮਣੇ ਟਿਕ ਨਹੀਂ ਸਕਣਗੇ। ਇਸ ਗੱਲ ਦਾ ਉਨ੍ਹਾਂ ਨੂੰ ਪੂਰਾ ਭਰੋਸਾ ਸੀ।

ਦੂਜੇ ਪਾਸੇ ਸ਼ੈਲੇਸ਼ ਨੇ ਚਾਰ-ਮਹੀਨੇ ਦੀ ਛੁੱਟੀ ਹੋਰ ਲੈ ਲਈ। ਉਸ ਦੇ ਖਤਮ ਹੋਣ ਵਿਚ ਦੋ ਮਹੀਨੇ ਬਾਕੀ ਹਨ। ਇਹ ਗੱਲ ਤਾਂ ਤੈਅ ਹੈ ਕਿ ਉਹ

ਨੌਕਰੀ ਨਹੀਂ ਛੱਡ ਸਕਦੇ। ਪ੍ਰਯਾਗ ਵਿਚ ਰਹਿ ਕੇ ਉਹ ਕਿੰਨਾ ਹੀ ਗੰਗਾ ਇਸ਼ਨਾਨ ਕਰਨ ਅਤੇ ਤਿਲਕ ਲਗਾਉਣ, ਸ੍ਰੀ ਗੁਰੂ ਅਤੇ ਗੁਰੂ ਭਰਾ ਉਨ੍ਹਾਂ ਨੂੰ ਇਹ ਕੰਮ ਕਦੇ ਨਹੀਂ ਕਰਨ ਦੇਣਗੇ। ਜਦੋਂ ਉਹ ਮੁੜ ਆਣਗੇ, ਤਦ ਇਕ ਵਾਰ ਲੜ ਕੇ ਦੇਖਣਾ ਪਵੇਗਾ।

ਉਸ ਦਿਨ ਚਾਹ ਪੀਂਦੇ ਹੋਏ ਖੇਤਰਮੋਹਨ ਬੋਲੇ, "ਹੁਣ ਜੇਕਰ ਊਸ਼ਾ ਭਾਬੀ ਆ ਗਈ ਤਾਂ ਉਸ ਨੂੰ ਆਪਣੇ ਭਰਾ ਨੂੰ ਬੁਲਵਾ ਕੇ ਪੇਕੇ ਨਹੀਂ ਜਾਣਾ ਪਵੇਗਾ। ਜਪ-ਤਪ ਕਰਦੇ ਹੋਏ ਦੋਹਾਂ ਦੀ ਚੰਗੀ ਨਿਭੇਗੀ।"

ਵਿਭਾ ਉਦਾਸ ਹੋ ਗਈ, ਪੁੱਛਣ ਲਗੀ, "ਕੀ ਤੁਸੀਂ, ਉਨ੍ਹਾਂ ਦੇ ਆਉਣ ਦੇ ਵਿਸ਼ੇ ਵਿਚ ਕੁਝ ਸੁਣਿਆ ਹੈ ?"

"ਨਹੀਂ।"

ਵਿਭਾ ਕੁਝ ਦੇਰ ਚੁੱਪ ਰਹਿਣ ਮਗਰੋਂ ਬੋਲੀ, "ਆਸ ਪਾਸ ਦੇ ਲੋਕਾਂ ਤੋਂ ਸੁਣਿਆ ਹੈ, ਕੋਈ ਮਾਮਲਾ ਹੈ, ਤੁਹਾਨੂੰ ਵਿਸ਼ਵਾਸ ਹੁੰਦਾ ਹੈ ?"

ਖੇਤਰਮੋਹਨ ਹੱਸ ਕੇ ਬੋਲੇ, "ਨਹੀਂ। ਜੇਕਰ ਹੈ ਵੀ ਤਾਂ ਉਹ ਇਹ ਸਭ ਨਹੀਂ ਕਰੇਗੀ।"

"ਕਿਉਂ ਨਹੀਂ ਕਰੇਗੀ ?"

ਖੇਤਰਮੋਹਨ ਬੋਲੇ, "ਮੈਂ ਭਾਬੀ ਤੋਂ ਖੁਸ਼ ਨਹੀਂ ਹਾਂ। ਪਹਿਲੀ ਵਾਲੀ ਸ਼ਰਧਾ ਵੀ ਨਹੀਂ ਹੈ, ਪਰ

117

ਇਹ ਸਭ ਹੀਣ ਕੰਮ ਉਹ ਨਹੀਂ ਕਰ ਸਕਦੀ, ਇਹ ਮੈਂ ਤੁਹਾਨੂੰ ਵਿਸ਼ਵਾਸ ਦੇ ਨਾਲ ਕਹਿ ਸਕਦਾ ਹਾਂ।"

ਵਿਭਾ ਨੂੰ ਵਿਸ਼ਵਾਸ ਨਹੀਂ ਹੋਇਆ। ਬਸ ਹੌਲੀ ਜਿਹੀ ਬੋਲੀ, "ਜੋ ਵੀ ਹੋਵੇ, ਪਰ ਸੋਮੇਨ ਨੂੰ ਮੈਂ ਜ਼ਰੂਰ ਲਿਆਵਾਂਗੀ, ਤੁਹਾਡੇ ਸਾਹਮਣੇ ਮੈਂ ਇਹ ਸੰਕਲਪ ਲੈਂਦੀ ਹਾਂ।"

ਨੌਕਰ ਨੇ ਆ ਕੇ ਦੱਸਿਆ, "ਬੰਧੂ ਦੋ ਵੱਡੇ ਕਾਲੀਨ ਲੈਣ ਆਇਆ ਹਾਂ।" ਬੰਧੂ ਸ਼ੈਲੇਸ਼ ਦੇ ਪੁਰਾਣੇ ਨੌਕਰ ਦਾ ਨਾਂ ਹੈ, ਵਿਭਾ ਨੇ ਹੈਰਾਨਗੀ ਨਾਲ ਪ੍ਰਸ਼ਨ ਕੀਤਾ, "ਉਹ ਕਾਲੀਨ ਦਾ ਕੀ ਕਰੇਗਾ ?" ਕਹਿੰਦੇ-ਕਹਿੰਦੇ ਦੋਵੇਂ ਬਾਹਰ ਆਏ ਤਾਂ ਬੰਧੂ ਨੇ ਸਲਾਮ ਕਰਕੇ ਆਪਣੀ ਗੱਲ ਦਸੀ।

"ਕਾਲੀਨ ਦਾ ਕੀ ਕਰੇਂਗਾ ਬੰਧੂ ?"

"ਪਤਾ ਨਹੀਂ ਮੇਮ ਸਾਹਬ, ਸੁਣਿਆ ਹੈ ਗਾਣਾ-ਵਜਾਉਣਾ ਹੋਵੇਗਾ।"

"ਕੌਣ ਕਰੇਗਾ ?"

"ਸਾਹਬ ਦੇ ਨਾਲ ਤਿੰਨ-ਚਾਰ ਜਣੇ ਆਏ ਹਨ, ਸ਼ਾਇਦ ਉਹੀ।"

"ਭਰਾ ਜੀ ਆ ਗਏ ?"

ਖੇਤਰਮੋਹਨ ਨੇ ਵੀ ਪੁੱਛਿਆ, "ਸ਼ੈਲੇਸ਼ ਆ ਗਏ?"

ਬੰਧੂ ਨੇ ਗਰਦਨ ਹਿਲਾਉਂਦੇ ਹੋਏ ਦੱਸਿਆ, "ਕੱਲ੍ਹ ਰਾਤੀਂ ਆਏ ਹਨ।"

ਉਹ ਕਾਲੀਨ ਲੈ ਕੇ ਚਲਾ ਗਿਆ, ਉਹ ਦੋਵੇਂ ਸਿਰ ਝੁਕਾਈ ਚੁੱਪਚਾਪ ਖੜ੍ਹੇ ਰਹੇ। ਉਸ ਦਿਨ ਕਿਸੇ ਤਰ੍ਹਾਂ ਧੀਰਜ ਰੱਖ ਕੇ ਅਗਲੇ ਦਿਨ ਸ਼ਾਮੀਂ ਖੇਤਰਮੋਹਨ, ਵਿਭਾ ਅਤੇ ਉਮਾ ਨੂੰ ਨਾਲ ਲੈ ਕੇ ਸ਼ੈਲੇਸ਼ ਦੇ ਘਰ ਪਹੁੰਚੇ। ਆਦਤ ਅਨੁਸਾਰ ਹੇਠਾਂ ਲਾਇਬ੍ਰੇਰੀ ਵਿਚ ਜਾਣ ਲਗੇ, ਪਰ ਅੰਦਰ ਜਾਣ ਤੋਂ ਪਹਿਲਾਂ ਝਿਜਕ ਗਏ। ਦਰਵਾਜ਼ੇ ਉੱਤੇ ਜਿਹੜਾ ਮੋਟਾ ਪਰਦਾ ਟੰਗਿਆ ਹੋਇਆ ਸੀ, ਉਹ ਆਪਣੀ ਥਾਂ 'ਤੇ ਨਹੀਂ ਸੀ। ਅੰਦਰ ਦਾ ਸਭ ਕੁਝ ਦਿਸ ਰਿਹਾ ਸੀ। ਇਕੋ ਦਿਨ ਵਿਚ ਘਰ ਦਾ ਰੂਪ ਬਦਲ ਚੁਕਿਆ ਸੀ। ਕਿਤਾਬਾਂ ਦੀਆਂ ਅਲਮਾਰੀਆਂ ਤਾਂ ਸੀ, ਪਰ ਹੋਰ ਦੂਸਰਾ ਸਮਾਨ ਉਸ ਕਮਰੇ ਵਿਚ ਨਹੀਂ ਸੀ। ਫ਼ਰਸ਼ ਉੱਤੇ ਕੰਬਲ ਅਤੇ ਉਸ ਉੱਤੇ ਸਫ਼ੈਦ ਆਸਨ ਵਿਛਾ ਕੇ ਦੋ ਜਣੇ ਆਪਣੇ ਰਿਸ਼ਟ-ਪੁਸ਼ਟ ਸਰੀਰ ਉੱਤੇ ਹਰੀ ਨਾਮ ਖੁਣ ਰਹੇ ਸਨ, ਗਲੇ ਵਿਚ ਮੋਟੀਆਂ-ਮੋਟੀਆਂ ਤੁਲਸੀ ਦੀਆਂ ਮਾਲਾਵਾਂ ਪਹਿਨੀਂ ਬੈਠੇ ਹਨ, ਅਚਾਨਕ ਸਾਹਬ-ਮੇਮ ਵੇਖਕੇ ਘਬਰਾ ਗਏ। ਇਨ੍ਹਾਂ ਦੇ ਅਰਾਮ ਵਿਚ ਖਲਲ ਨਾ ਪਾ ਕੇ ਤਿੰਨੇ ਉਪਰ ਜਾਣ ਲਗੇ, ਉੜੀਆ ਰਸੋਈਏ ਨੇ ਉਨ੍ਹਾਂ ਨੂੰ ਰੋਕਦੇ ਹੋਏ ਕਿਹਾ, "ਉਪਰ ਗੁਸਾਂਈਂ ਹਨ।"

"ਗੁਸਾਂਈਂ ਕੌਣ ?"

ਰਸੋਈਆ ਚੁੱਪ ਰਿਹਾ।

"ਸਾਹਬ ਕਿੱਥੇ ਨੇ ?"

ਜਵਾਬ ਵਿਚ ਉਸ ਨੇ ਉਂਗਲੀ ਨਾਲ ਜਿਧਰ ਇਸ਼ਾਰਾ ਕੀਤਾ, ਖੇਤਰਮੋਹਨ ਉਥੇ ਖੜ੍ਹੇ ਹੋ ਕੇ ਸ਼ੈਲੇਸ਼, ਸ਼ੈਲੇਸ਼ ਚੀਖਣ ਲਗੇ। ਦੌੜਦਾ ਹੋਇਆ ਸੋਮੇਨ ਬਾਹਰ ਆਇਆ। ਅਚਾਨਕ ਉਸ ਦਾ ਪਹਿਰਾਵਾ ਅਤੇ ਸ਼ਕਲ ਵੇਖ ਕੇ ਵਿਭਾ ਰੋ ਪਈ। ਸਫ਼ੈਦ ਧੋਤੀ, ਸਿਰ ਉੱਤੇ ਲੰਬੀ ਜਿਹੀ ਚੋਟੀ, ਗਲੇ ਵਿਚ ਤੁਲਸੀ ਦੀ ਮਾਲਾ, ਉਸ ਨੇ ਦੂਰੋਂ ਹੀ ਪ੍ਰਣਾਮ ਕੀਤਾ, ਕੋਲ ਨਹੀਂ ਆਇਆ। ਉਮਾ ਫੜਨ ਲਗੀ ਸੀ, ਖੇਤਰਮੋਹਨ ਨੇ ਇਸ਼ਾਰੇ ਨਾਲ ਉਸਨੂੰ ਰੋਕ ਦਿੱਤਾ। ਬੋਲੇ, "ਰਹਿਣ ਦੇ, ਇਸ ਸਮੇਂ ਨਾ ਛੂਹ ਉਸ ਨੂੰ। ਵਿਚਾਰੇ ਨੂੰ ਸ਼ਾਇਦ ਨਹਾਉਣਾ ਪਵੇ। ਸੋਮੇਨ, ਪਿਤਾ ਜੀ ਕਿੱਥੇ ਨੇ ?"

ਸੋਮੇਨ ਬੋਲੇ, "ਪ੍ਰਭੁਪਾਦ ਸ਼੍ਰੀ ਭਾਗਵਤ ਪੜ੍ਹ ਰਹੇ ਹਨ।"

ਖੇਤਰਮੋਹਨ ਬੋਲੇ, "ਅਸੀਂ ਇਥੇ ਹੀ ਖੜ੍ਹੇ ਹਾਂ, ਪਿਤਾ ਜੀ ਨੂੰ ਇਕ ਵਾਰ ਖ਼ਬਰ ਦੇ ਦਿਓ।"

"ਉਨ੍ਹਾਂ ਨੂੰ ਖ਼ਬਰ ਮਿਲ ਚੁੱਕੀ ਹੈ, ਆ ਰਹੇ ਹਨ।"

ਕੁਝ ਹੀ ਪੱਲਾਂ ਵਿਚ ਖੜਾਵਾਂ ਪਹਿਨੀਂ ਸ਼ੈਲੇਸ਼ ਹੇਠਾਂ ਆਏ। ਸਫ਼ੈਦ ਧੋਤੀ-ਕੁਰਤਾ, ਸਿਰ 'ਤੇ ਪਤਲੀ ਜਿਹੀ ਚੋਟੀ, ਇਸ ਦੇ ਇਲਾਵਾ ਬਾਹਰੋਂ

ਕੋਈ ਬਦਲਾਵ ਨਹੀਂ ਸੀ ਦਿਖ ਰਿਹਾ। ਪਰ ਅੰਦਰੋਂ ਉਹ ਬਹੁਤ ਬਦਲ ਚੁੱਕੇ ਹਨ, ਇਹ ਵੇਖਣ ਨਾਲ ਹੀ ਪਤਾ ਚਲ ਜਾਂਦਾ ਹੈ। ਬਹੁਤ ਹੀ ਨਿਮਰ ਭਾਵ, ਮਿੱਠੀਆਂ ਗੱਲਾਂ—ਉਮਾ ਅਤੇ ਵਿਭਾ ਨੇ ਪ੍ਰਮਾਣ ਕੀਤਾ ਤਾਂ ਉਨ੍ਹਾਂ ਨੇ ਦੂਰੋਂ ਆਸ਼ੀਰਵਾਦ ਦਿੱਤਾ, ਸਪਰਸ਼ ਕਰਨ ਕੋਲ ਨਹੀਂ ਆਏ। ਖੇਤਰਮੋਹਨ ਬੋਲੇ, "ਕੀ ਘਰ ਵਿਚ ਬੈਠਣ ਲਈ ਜਗ੍ਹਾ ਨਹੀਂ ਹੈ ?"

ਸ਼ੈਲੇਸ਼ ਸ਼ਰਮਿੰਦਾ ਹੋਕੇ ਬੋਲੇ, "ਬਾਹਰ ਵਾਲਾ ਕਮਰਾ ਗੰਦਾ ਹੈ, ਸਾਫ਼ ਕਰਨਾ ਪਵੇਗਾ।"

ਖੇਤਰਮੋਹਨ ਬੋਲੇ, "ਤਾਂ ਫਿਰ ਅਸੀਂ ਚਲਦੇ ਹਾਂ", ਸੋਮੇਨ ਵੱਲ ਦੇਖ ਕੇ ਬੋਲੇ, "ਹਾਲੀਂ ਚਲਦਾ ਹਾਂ। ਸ਼ਾਇਦ ਸਾਡੀ ਲੋੜ ਨਹੀਂ ਪਵੇਗੀ, ਫਿਰ ਵੀ, ਜੇਕਰ ਕਦੇ ਬੈਠਣ ਦੀ ਜਗ੍ਹਾ ਹੋ ਜਾਵੇ ਤਾਂ ਮੈਨੂੰ ਦਸਣਾ ਬੇਟਾ। ਚਲੋ।"

ਸ਼ੈਲੇਸ਼ ਚੁੱਪਚਾਪ ਖੜ੍ਹੇ ਰਹੇ।

ਗੱਡੀ ਵਿਚ ਵਿਭਾ ਨੇ ਕਿਸੇ ਨਾਲ ਗੱਲ ਨਹੀਂ ਕੀਤੀ। ਉਸਦੀ ਅੱਖਾਂ ਤੋਂ ਲਗਾਤਾਰ ਹੰਝੂ ਵਗ ਰਹੇ ਸੀ। ਇਕ ਗੱਲ ਉਹ ਚੰਗੀ ਤਰ੍ਹਾਂ ਸਮਝ ਗਏ ਸੀ ਕਿ ਉਸ ਘਰ ਵਿਚ ਹੁਣ ਉਨ੍ਹਾਂ ਦੇ ਲਈ ਕੋਈ ਜਗ੍ਹਾ ਨਹੀਂ ਹੈ। ਭਰਾ ਜੋ ਮਨ ਵਿਚ ਆਏ ਕਰੇ, ਪਰ ਸੋਮੇਨ ਨੂੰ ਜ਼ਬਰਦਸਤੀ ਲੈ ਆਵੇਗੀ, ਵਿਭਾ ਨੇ ਪਤੀ ਦੇ ਸਾਹਮਣੇ ਪ੍ਰਤਿਗਿਆ ਲਈ ਸੀ। ਸਨੇਹ ਨਾਲ

ਭਰਾ ਉਹ ਘੁਮੰਡ ਵਾਲਾ ਵਾਕ ਪਤੀ ਪਤਨੀ ਨੂੰ ਵਾਰ-ਵਾਰ ਯਾਦ ਆਉਣ ਲਗਿਆ। ਪਰ ਸ਼ਰਮ ਦੇ ਕਾਰਨ ਇਸ ਦਾ ਅਹਿਸਾਸ ਤਕ ਵੀ ਕਿਸੇ ਨੇ ਕਿਸੇ ਨੂੰ ਨਹੀਂ ਹੋਣ ਦਿੱਤਾ।

ਇਸ ਘਟਨਾ ਦੇ ਬਾਦ ਮਹੀਨੇ ਤੋਂ ਜ਼ਿਆਦਾ ਸਮਾਂ ਬੀਤ ਚੁੱਕਿਆ ਹੈ। ਇਸ ਦੌਰਾਨ ਇਹ ਗੱਲ ਰਿਸ਼ਤੇਦਾਰਾਂ ਅਤੇ ਮਿੱਤਰਾਂ ਵਿਚ ਇਵੇਂ ਘੁੰਮ ਰਹੀ ਹੈ ਕਿ ਲੋਕ ਸੱਚ ਵਿਚ ਜਕੜੇ ਨਹੀਂ ਸੀ ਰਹਿ ਪਾ ਰਹੇ। ਇਕ-ਦੂਜੇ ਨੂੰ ਵਧਾ-ਚੜ੍ਹਾ ਕੇ ਦੱਸਣ ਦੇ ਕਾਰਣ ਮਾਮਲਾ ਏਨੀ ਕੋਹਝੀ ਸ਼ਕਲ ਲੈ ਚੁੱਕਿਆ ਹੈ ਕਿ ਵਿਭਾ ਦੇ ਲਈ ਘਰੋਂ ਬਾਹਰ ਨਿਕਲਨਾ ਮੁਸ਼ਕਿਲ ਹੋ ਗਿਆ ਹੈ, ਅਤੇ ਕਿਸੇ ਨੂੰ ਕੋਈ ਉਪਾਅ ਨਹੀਂ ਦਿਖ ਰਿਹਾ। ਖੇਤਰਮੋਹਨ ਜਾਣਦੇ ਸੀ, ਸਮੇਂ ਦੇ ਨਾਲ ਨਾਲ ਬਹੁਤ ਵੱਡੀ ਤੋਂ ਵੱਡੀ ਗੱਲ ਵੀ ਸਭ ਭੁੱਲ ਜਾਂਦੇ ਹਨ, ਧੀਰਜ ਸਹਿਤ ਚੁੱਪ ਰਹਿਣਾ ਹੀ ਇਕਮਾਤਰ ਉਪਾਅ ਹੈ, ਸਿਰਫ ਪਰਲੋਕ ਦੇ ਲੋਭ ਦਾ ਇਹ ਸਿਲਸਿਲਾ ਇਕ ਵਾਰ ਸ਼ੁਰੂ ਹੋ ਜਾਵੇ ਤਾਂ ਸਹਿਜੇ ਹੀ ਰੁਕਣਾ ਨਹੀਂ ਚਾਹੁੰਦਾ। ਅਨਿਸ਼ਚਿਤ ਦੀ ਰਾਹ 'ਤੇ ਸੁਨਿਸ਼ਚਿਤ ਦੀ ਆਸ ਹੀ ਇਨਸਾਨ ਨੂੰ ਪਾਗਲ ਕਰਕੇ ਜਿਵੇਂ ਧੱਕੇ ਮਾਰ-ਮਾਰ ਕੇ ਚਲਾਉਂਦੀ ਰਹਿੰਦੀ ਹੈ। ਇਸ 'ਤੇ ਵੀ ਵਿਰਾਟ ਵਿਭੀਸ਼ਿਕਾ ਹੈ ਊਸ਼ਾ। ਮਿੱਤਰਤਾਈ ਅਤੇ

ਦੁਸ਼ਮਣੀ ਭਾਵ ਨਾਲ ਇਸ ਸਰਬਨਾਸ ਦੀ ਨੀਂਹ ਉਸੇ ਨੇ ਰਖੀ ਹੈ। ਕਿਸੇ ਤਰ੍ਹਾਂ ਜੇਕਰ ਉਸਨੂੰ ਇਹ ਗੱਲਾਂ ਪਤਾ ਚਲ ਗਈਆਂ ਅਤੇ ਜੇਕਰ ਉਹ ਆ ਗਈ ਤਾਂ ਨਾਸ ਹੋਣ ਵਿਚ ਕੁਝ ਬਾਕੀ ਨਹੀਂ ਰਹੇਗਾ। ਸਿਰਫ ਵਿਭਾ ਹੀ ਨਹੀਂ, ਊਸ਼ਾ ਦੀ ਗੱਲ ਚਲਦਿਆਂ ਹੀ ਅੱਜ ਕਲ ਖੇਤਰਮੋਹਨ ਅਤੇ ਉਮਾ ਦੇ ਤਨ ਬਦਨ ਵਿਚ ਵੀ ਅੱਗ ਲਗ ਜਾਂਦੀ ਹੈ। ਸੱਚਮੁੱਚ ਉਸ ਨੂੰ ਜੇਕਰ ਨਾ ਬੁਲਾਇਆ ਹੁੰਦਾ ਤਾਂ ਇਹ ਦੁਰਘਟਨਾ ਕਦੇ ਨਹੀਂ ਵਾਪਰਦੀ।

ਅੱਜ ਐਤਵਾਰ ਦੇ ਦਿਨ ਸਵੇਰੇ-ਸਵੇਰੇ ਪਤੀ-ਪਤਨੀ ਇਹੀ ਗੱਲ ਕਰ ਰਹੇ ਸੀ। ਉਸ ਦਿਨ ਬੇਇੱਜ਼ਤ ਹੋਕੇ ਮੁੜਨ ਦੇ ਬਾਦ ਤੋਂ ਉਨ੍ਹਾਂ ਨੇ ਉਸ ਘਰ ਵੱਲ ਮੂੰਹ ਨਹੀਂ ਕੀਤਾ, ਪਰ ਉਸ ਘਰ ਦੀ ਸਾਰੀ ਖ਼ਬਰ ਇਨ੍ਹਾਂ ਨੂੰ ਰਹਿੰਦੀ ਸੀ। ਗੁਰੂ ਭਰਾ ਅਜੇ ਤਕ ਉਥੋਂ ਹਿਲਨ ਦਾ ਨਾਂ ਨਹੀਂ ਸੀ ਲੈ ਰਹੇ ਅਤੇ ਸ਼੍ਰੀਗੁਰੂ ਅਤੇ ਗੁਸਾਈਂ ਉਪਰਲੇ ਕਮਰੇ ਵਿਚ ਉਸੇ ਤਰ੍ਹਾਂ ਬਿਰਾਜਮਾਨ ਸਨ। ਸਵੇਰੇ-ਸ਼ਾਮ ਕੀਰਤਨ ਚਲ ਰਿਹਾ ਹੈ, ਭੋਗ ਦੀ ਵਿਵਸਥਾ ਵੀ ਦਿਨ ਪ੍ਰਤੀਦਿਨ ਵੱਧ ਰਹੀ ਹੈ। ਇਹ ਸਾਰੀ ਖ਼ਬਰ ਮਿਤਰਾਂ ਕੋਲੋਂ ਰੋਜ਼ਾਨਾ ਹੀ ਪਤਾ ਚਲਦੀ ਰਹਿੰਦੀ; ਅੱਜਕਲ ਇਕ ਨਵੀਂ ਗੱਲ ਸੁਣਨ ਵਿਚ ਆ ਰਹੀ ਹੈ ਕਿ ਸ਼੍ਰੀਧਾਮ ਨਵਦ੍ਵੀਪ ਵਿਚ ਗੁਰੂ ਦਾ ਆਸ਼ਰਮ ਬਣਵਾਉਣ ਲਈ

ਸ਼ੈਲੇਸ਼ ਜਗ੍ਹਾ ਲੈਣਾ ਚਾਹੁੰਦੇ ਹਨ ਅਤੇ ਇਸੇ ਕੰਮ ਦੇ ਲਈ ਰੁਪਏ ਉਧਾਰ ਮੰਗਦੇ ਫਿਰ ਰਹੇ ਹਨ।

ਵਿਭਾ ਉਦਾਸੀ ਨਾਲ ਭਰ ਕੇ ਬੋਲੀ, "ਜੇਕਰ ਇਹ ਗੱਲ ਸੱਚ ਹੈ ਤਾਂ ਕੀ ਤੁਸੀਂ ਭਰਾ ਨੂੰ ਬਚਾਉਣ ਦੀ ਕੋਸ਼ਿਸ਼ ਨਹੀਂ ਕਰੋਗੇ ? ਕੀ ਉਨ੍ਹਾਂ ਦਾ ਬੇਟਾ ਸਾਡੀ ਅੱਖਾਂ ਦੇ ਸਾਹਮਣੇ ਬਰਬਾਦ ਹੋ ਜਾਵੇਗਾ ?"

ਖੇਤਰਮੋਹਨ ਠੰਡਾ ਸਾਹ ਛੱਡਦੇ ਹੋਏ ਬੋਲੇ, "ਦਸ, ਮੈਂ ਕੀ ਕਰ ਸਕਦਾ ਹਾਂ ?"

ਵਿਭਾ ਚੁਪ ਰਹੀ, ਕਿਵੇਂ ਕੀ ਕਰੇ, ਉਹ ਨਹੀਂ ਜਾਣਦੀ ਸੀ।

ਅਚਾਨਕ ਖੇਤਰਮੋਹਨ ਬੋਲੇ, "ਉਸ ਦਿਨ ਤੋਂ ਬਾਦ ਅਸੀਂ ਗਏ ਹੀ ਨਹੀਂ। ਚਲੋ, ਅੱਜ ਇਕ ਵਾਰ ਫਿਰ ਚਲਦੇ ਹਾਂ।"

ਵਿਭਾ ਦਾ ਦਿਲ ਅੱਜ ਸਚਮੁਚ ਰੋ ਰਿਹਾ ਸੀ, ਸ਼ਾਇਦ ਅੱਜ ਇਸੇ ਲਈ ਉਥੇ ਮਾਨ-ਅਭਿਮਾਨ ਦੀ ਜਗ੍ਹਾ ਨਹੀਂ ਸੀ, ਉਹ ਮੰਨ ਗਈ, ਬੋਲੀ, "ਚਲੋ।"

ਅੱਜ ਉਨ੍ਹਾਂ ਨੇ ਉਮਾ ਨੂੰ ਨਾਲ ਨਹੀਂ ਲਿਆ। ਇਸ ਕੁੜੀ ਦੇ ਸਾਹਮਣੇ ਇਹ ਹੋਰ ਸ਼ਰਮਿੰਦਾ ਨਹੀਂ ਸੀ ਹੋਣਾ ਚਾਹੁੰਦੇ। ਜਦੋਂ ਉਨ੍ਹਾਂ ਦੀ ਗੱਡੀ ਸ਼ੈਲੇਸ਼ ਦੇ ਘਰ ਦੇ ਦਰਵਾਜ਼ੇ ਕੋਲ ਪੁੱਜੀ ਤਦ ਦਸ ਵੱਜ ਚੁੱਕੇ ਸੀ। ਬਾਹਰ ਵਾਲਾ ਕਮਰਾ ਅੱਜ ਖੁੱਲ੍ਹਾ ਹੋਇਆ ਸੀ, ਦੋਵੇਂ ਗੁਰੂ ਭਰਾ ਆਪਣਾ ਸਾਮਾਨ ਬੰਨ੍ਹ ਰਹੇ

ਸੀ। ਖੇਤਰਮੋਹਨ ਨੇ ਪੁੱਛਿਆ, "ਸ਼ੈਲੇਸ਼ ਬਾਬੂ ਘਰ ਵਿਚ ਹਨ ?"

ਉਨ੍ਹਾਂ ਨੇ ਗਰਦਨ ਉਤਾਂਹ ਕਰਕੇ ਦੇਖਿਆ। ਕੁਝ ਪਲ ਚੁੱਪ ਰਹਿ ਕੇ ਉਤਰ ਦਿੱਤਾ, "ਨਹੀਂ, ਉਹ ਪਰਸੋਂ ਨਵਦ੍ਵੀਪ ਧਾਮ ਚਲੇ ਗਏ ਹਨ।"

"ਕਦੋਂ ਮੁੜਨਗੇ ?"

"ਕੱਲ ਜਾਂ ਪਰਸੋਂ ਸਵੇਰੇ।"

"ਬਾਬੂ ਦਾ ਬੇਟਾ ਘਰ ਹੀ ਹੈ ?"

ਦੋਹਾਂ ਨੇ ਸਿਰ ਹਿਲਾ ਕੇ ਕਿਹਾ, "ਹੈ" ਅਤੇ ਆਪਣੇ ਕੰਮ ਵਿਚ ਲਗ ਗਏ।

ਆਖ਼ਿਰਕਾਰ ਦੋਵੇਂ ਘਰ ਦੇ ਅੰਦਰ ਚਲੇ ਗਏ, ਦੋਹਾਂ ਨੇ ਇਕੱਠਿਆਂ ਹੀ ਦੇਖਿਆ ਲਾਇਬ੍ਰੇਰੀ ਦਾ ਉਹੀ ਪੁਰਾਣਾ ਪਰਦਾ ਅੱਜ ਟੰਗਿਆ ਹੋਇਆ ਹੈ। ਪਰਦਾ ਹਟਾਉਂਦੇ ਹੀ ਦੇਖਿਆ, ਪਹਿਲਾਂ ਵਾਲਾ ਸਾਮਾਨ ਆਪਣੀ ਜਗ੍ਹਾ 'ਤੇ ਪਿਆ ਹੋਇਆ ਹੈ। ਵਿਭਾ ਬੋਲੀ, "ਉਨ੍ਹਾਂ ਦੋਹਾਂ ਨੂੰ ਇੱਥੋਂ ਹਟਾ ਕੇ ਭਰਾ ਨੇ ਇਸ ਕਮਰੇ ਦੀ ਰੌਣਕ ਮੋੜ ਦਿੱਤੀ ਹੈ। ਇੰਨੀ ਜਿਹੀ ਅਕਲ ਕਦੇ ਉਨ੍ਹਾਂ ਨੂੰ ਆਵੇਗੀ, ਮੈਨੂੰ ਇਸ ਦੀ ਆਸ ਨਹੀਂ ਸੀ। ਪਰ ਗੱਲ ਪੂਰੀ ਵੀ ਨਹੀਂ ਹੋਈ ਸੀ ਕਿ ਪਿੱਛੇ ਖੜਕਾ ਸੁਣਕੇ ਮੁੜ ਕੇ ਦੇਖਦਿਆਂ ਹੀ ਹੈਰਾਨੀ ਨਾਲ ਦੋਵੇਂ ਜੜ੍ਹ ਹੋ ਗਏ। ਸੋਮੇਨ ਕਿਧਰੇ ਬਾਹਰ ਗਿਆ ਸੀ, ਰਬੜ ਦੀ ਇਕ

ਗੇਂਦ ਨਾਲ ਖੇਡਦਾ ਹੋਇਆ ਆ ਰਿਹਾ ਹੈ। ਕਿੱਥੇ ਗਈ ਮਾਲਾ, ਚੋਟੀ ਅਤੇ ਕਿੱਥੇ ਗਿਆ ਉਸਦਾ ਬ੍ਰਹਮਚਾਰੀ ਦਾ ਭੇਸ। ਸਰੀਰ ਦਾ ਉਪਰਲਾ ਹਿੱਸਾ ਨੰਗਾ ਸੀ, ਪਰ ਉਸਨੇ ਸੋਹਣੀ ਜਿਹੀ ਲਾਲ ਬਾਰਡਰ ਵਾਲੀ ਜ਼ਰੀ ਵਾਲੀ ਧੋਤੀ ਪਹਿਨੀ ਹੋਈ ਸੀ, ਸਿਰ ਉੱਤੇ ਬੰਗਾਲੀ ਬੱਚਿਆਂ ਵਾਂਗ ਚੀਰ ਕੱਢ ਕੇ ਵਾਲ ਬੰਨ੍ਹੇ ਹੋਏ ਸੀ, ਪੈਰਾਂ ਵਿਚ ਪਾਲਿਸ਼ ਕੀਤੇ ਹੋਏ ਬੂਟ ਪਹਿਨੇ ਹੋਏ ਸੀ। ਉਹ ਦੌੜਦਾ ਹੋਇਆ ਆਇਆ ਅਤੇ ਵਿਭਾ ਨਾਲ ਚੁੰਬੜ ਕੇ ਬੋਲਿਆ, "ਭੂਆ, ਮਾਂ ਆਈ ਹੈ, ਰਸੋਈ ਵਿਚ ਹੈ, ਚਲੋ।" ਇਹ ਕਹਿ ਕੇ ਉਹ ਉਸ ਨੂੰ ਖਿੱਚਣ ਲਗਿਆ।

ਵਿਭਾ ਖੜੀ ਰਹੀ। ਖੇਤਰਮੋਹਨ ਬੋਲੇ, "ਮਾਂ ਆਈ ਹੈ ? ਇਸਲਈ–"

"ਕੱਲ ਦੁਪਹਿਰ ਨੂੰ ਆਈ। ਫੁੱਫੜ ਜੀ, ਚਲੋ ਰਸੋਈ ਵਿਚ।"

"ਚਲੋ।"

ਤਿੰਨੇ ਰਸੋਈ ਦੇ ਬਾਹਰ ਪੁੱਜੇ ਹੀ ਸੀ, ਊਸ਼ਾ ਖੜਕਾ ਸੁਣ ਕੇ ਹੱਥ ਧੋ ਕੇ ਬਾਹਰ ਆ ਕੇ ਖੜੀ ਹੋ ਗਈ। ਵਿਭਾ ਨੇ ਆਪਣੀ ਚੱਪਲ ਉਤਾਰ ਕੇ ਪ੍ਰਣਾਮ ਕੀਤਾ। ਬੋਲੀ, "ਦੇਖਿਆ ਭਾਬੀ, ਕੀ ਹੋ ਗਿਆ ਸੀ ਇਥੇ।"

ਊਸ਼ਾ ਨੇ ਉਸ ਦੀ ਠੋਡੀ ਨੂੰ ਹੱਥ ਨਾਲ ਸਪਰਸ਼

ਕਰਕੇ ਚੁੰਮਿਆ, ਹੱਸ ਕੇ ਬੋਲੀ, "ਹਾਂ ਦੇਖਿਆ, ਇਸ ਲੜਕੇ ਦਾ ਹਾਲ ਦੇਖ ਕੇ ਬਹੁਤ ਰੋਈ। ਛੇਤੀ ਨਾਲ ਮਾਲਾ-ਮੂਲਾ ਤੋੜ ਕੇ ਨਾਈ ਨੂੰ ਬੁਲਵਾ ਕੇ ਚੋਟੀ ਕਟਵਾਈ, ਨਵੇਂ ਕਪੜੇ ਅਤੇ ਬੂਟ ਖਰੀਦ ਕੇ ਪਹਿਨਾਏ। ਤਦ ਇਸ ਦੇ ਵੱਲ ਦੇਖਿਆ। ਅੱਛਾ, ਤੁਸੀਂ ਕੀ ਕਹਿ ਰਹੇ ਸੀ ?" ਇਹ ਕਹਿ ਕੇ ਉਸ ਨੇ ਖੇਤਰਮੋਹਨ 'ਤੇ ਕਟਾਕਸ਼ ਕੀਤਾ।

ਖੇਤਰਮੋਹਨ ਬੋਲੇ, "ਦਸਣ ਦੀ ਜਲਦੀ ਨਹੀਂ ਹੈ ਭਾਬੀ ਜੀ। ਆਰਾਮ ਨਾਲ ਸਭ ਦੱਸਾਗਾਂ। ਹਾਲੀਂ ਉਪਰ ਚਲਦੇ ਹਾਂ, ਪਹਿਲਾਂ ਕੁਝ ਖਾਣ ਲਈ ਦਿਓ। ਅੱਛਾ, ਦੋਵੇਂ ਗੁਰੂਭਾਈ ਬਾਹਰ ਗੰਠੜੀ ਬੰਨ੍ਹ ਰਹੇ ਹਨ, ਮਗਰ ਸ਼੍ਰੀ ਪ੍ਰਭੁਪਾਦ ਯੁਗਲ ਮੂਰਤੀ ਦਾ ਕੀ ਕੀਤਾ ? ਉਪਰ ਤਾਂ ਨਹੀਂ ਹਨ ?"

ਊਸ਼ਾ ਹੱਸ ਕੇ ਬੋਲੀ, "ਡਰਨ ਦੀ ਲੋੜ ਨਹੀਂ ਹੈ, ਉਹ ਨਵਦ੍ਵੀਪ ਧਾਮ ਚਲੇ ਗਏ ਹਨ।"

"ਫਿਰ ਮੁੜ ਕੇ ਤਾਂ ਨਹੀਂ ਆਉਣਗੇ ?"

ਊਸ਼ਾ ਨੇ ਹੱਸ ਕੇ ਕਿਹਾ, "ਨਹੀਂ।"

ਖੇਤਰਮੋਹਨ ਬੋਲੇ, "ਭਾਬੀ, ਤੁਹਾਡੇ ਵਿਚ ਕਦੇ ਸਦਬੁੱਧੀ ਆਵੇਗੀ, ਇਹ ਮੈਂ ਸੁਫਨੇ ਵਿਚ ਵੀ ਨਹੀਂ ਸੀ ਸੋਚ ਸਕਦਾ, ਬ੍ਰਹਮਚਾਰੀ ਬ੍ਰਾਹਮਣ-ਕੁਮਾਰ ਦੀ ਆਪਣੇ ਹੱਥਾਂ ਤੋਂ ਤੁਲਸੀ ਦੀ ਮਾਲਾ ਤੋੜਕੇ, ਚੋਟੀ ਕਟਵਾ ਕੇ-ਇਹ ਸਭ ਕੀ ਹੈ ?"

ਊਸ਼ਾ ਨੇ ਹੱਸਦੇ ਹੋਏ ਖੇਤਰਮੋਹਨ ਦੀ ਗੱਲ ਉਨ੍ਹਾਂ ਨੂੰ ਮੋੜਦੇ ਹੋਏ ਕਿਹਾ, "ਅੱਛਾ, ਦੱਸਣ ਦੀ ਏਨੀ ਜਲਦੀ ਕੀ ਹੈ ਜੁਆਈ ਬਾਬੂ ਆਰਾਮ ਨਾਲ ਸਭ ਦੱਸ ਦੇਵਾਂਗੀ। ਹਾਲੀਂ ਉਪਰ ਚਲੋ, ਪਹਿਲਾਂ ਤੁਹਾਨੂੰ ਕੁਝ ਖਾਣ ਲਈ ਦੇਂਦੀ ਹਾਂ ।"